D1771733

கம்பா நதி

கம்பா நதி

வண்ணநிலவன் (பி. 1949)

1949 டிசம்பர் 15 அன்று திருநெல்வேலியில் பிறந்தார். தந்தை உலகநாதன், தாய் ராமலட்சுமி. வண்ணநிலவனின் இயற்பெயர் ராமச்சந்திரன். *கண்ணதாசன், கணையாழி, அன்னைநாடு, புதுவை குரல், துக்ளக், சுபமங்களா* ஆகிய பத்திரிகைகளில் பணியாற்றியுள்ளார். குறிப்பிடத்தக்க மொழிபெயர்ப்புகளுடன் ஐம்பதுக்கும் மேற்பட்ட கவிதைகள், நூற்றைம்பதுக்கும் மேற்பட்ட சிறுகதைகள், ஏழு நாவல்கள், முந்நூற்றுக்கும் மேல் கட்டுரைகள் என எழுதியுள்ளார்.

'கடல்புரத்தில்' நாவலுக்காக இலக்கியச் சிந்தனை விருது, 'தர்மம்' சிறுகதைத் தொகுப்புக்காகத் தமிழக அரசு விருது ஆகியவற்றுடன் புதுதில்லி ராமகிருஷ்ண ஜெய் தயாள் மனிதநேய விருது, 'சாரல்' இலக்கிய விருது, எஸ்.ஆர்.வி. தமிழ் இலக்கிய விருது, வால் விருது, 'விஜயா' வாசகர் வட்டத்தின் ஜெயகாந்தன் விருது, உலகத் தமிழ்ப் பண்பாட்டு மைய விருது, கோவை கொடீஸியா வாழ்நாள் சாதனையாளர் விருது ஆகியவற்றைப் பெற்றுள்ளார். 'அவள் அப்படித்தான்' திரைப்பட வசனகர்த்தாக்களுள் ஒருவர். 'கடல்புரத்தில்' தூர்தர்ஷனில் பதின்மூன்று வாரத் தொடராக ஒளிபரப்பானது. வண்ணநிலவனின் மனைவி பெயர் சுப்புலட்சுமி. இவர்களுக்கு இரண்டு மகள்களும் ஒரு மகனும் உள்ளனர். தற்போது சென்னையில் வசித்துவருகிறார்.

வண்ணநிலவன்

கம்பா நதி

காலச்சுவடு பதிப்பகம்

அன்பார்ந்த வாசகருக்கு,
வணக்கம்.

காலச்சுவடு நூலை வாங்கியமைக்கு நன்றி.

நூலின் உள்ளடக்கம், உருவாக்கம், அட்டைப்படம் இன்ன பிற அம்சங்கள் பற்றிய உங்கள் கருத்துகளையும் ஆலோசனைகளையும் காலச்சுவடு வரவேற்கிறது. தகவல், எழுத்து, வாக்கியப் பிழைகள் தென்பட்டால் கட்டாயம் தெரிவித்து உதவுங்கள். நூல் தயாரிப்பில் கடும் குறைபாடு இருப்பின் மாற்றுப் பிரதி உங்களுக்குக் கிடைக்கக் காலச்சுவடு ஏற்பாடு செய்யும்.

மின்னஞ்சல்: publisher@kalachuvadu.com

காலச்சுவடு நாகர்கோவில் தலைமையகத்துக்கும் கடிதம் அனுப்பலாம்.

தங்கள்
எஸ்.ஆர். சுந்தரம் (கண்ணன்)
பதிப்பாளர் – நிர்வாக இயக்குநர்

கம்பா நதி ♦ நாவல் ♦ ஆசிரியர்: வண்ணநிலவன் ♦ © ராமச்சந்திரன் ♦ முதல் பதிப்பு: ஏப்ரல் 1979 ♦ காலச்சுவடு முதல் பதிப்பு: ஆகஸ்ட் 2022, இரண்டாம் பதிப்பு: ஜூலை 2023 ♦ வெளியீடு: காலச்சுவடு, 669, கே.பி. சாலை, நாகர்கோவில் 629001

காலச்சுவடு பதிப்பக வெளியீடு: 1081

kampa nati ♦ Novel ♦ Author: Vannanilavan ♦ © Ramachandran ♦ Language: Tamil ♦ First Edition: April 1979 ♦ Kalachuvadu First Edition: August 2022, Second Edition: July 2023 ♦ Size: Demy 1 x 8 ♦ Paper: 18.6 kg maplitho ♦ Pages: 120

Published by Kalachuvadu, 669, K.P. Road, Nagercoil 629001, India ♦ Phone: 91-4652-278525 ♦ e-mail: publications@kalachuvadu.com ♦ Printed at Mani Offset, Chennai 600077

ISBN: 978-93-5523-066-9

1

சங்கரன் பிள்ளையும் சூரியும் தெற்குப் புதுத் தெருவில், வாகையடி முக்குத் திருப்பத்தில் திரும்பும்போது மணி இரண்டைத் தாண்டிவிட்டது. வாகையடியம்மன் கோவிலுக்கு முன்னால் கோவில் குறட்டில், யாரோ ஒரு ஆள் தலைமுதல் கால்வரை உடம்பே தெரியாமல் வேட்டியை இழுத்துப் போர்த்திப் படுத்துக் கிடப்பது பேக்கரிக்கு முன்னால் போட்டிருந்த மெர்க்குரி வெளிச்சத்தில் தெரிந்தது. கோவிலைத் தாண்டியதுமே முழுத் தெருவும் திருப்பணி முக்குவரை அப்படியே தெரிந்தது.

'அண்ணாச்சி, இந்த வருஷம் பனி ரொம்பத்தான் இருக்கும்போல...' என்றான் சூரி. சங்கரன் பிள்ளையின் பதிலை அவன் அவ்வளவாக எதிர்பார்க்கவில்லை என்றாலும் அவர் சிறிது தூரம் சென்ற பிறகு, செண்பகம் பிள்ளை வீட்டு வளவைத் தாண்டும்போது பேச ஆரம்பித்தார்.

'ஃபுல்கை சட்டைய இழுத்து விட்டுங்கூடவா குளுருதுங்கே?... ஆனா நீ சொன்னாப்பல இந்த வருஷம் மழையும் ஜாஸ்தி, குளுரும் ஜாஸ்திதான் போல. மானேஜர் ரூமுக்குள்ள உக்காந்து பேசிக்கிட்டிருக்க முடியல... வயக்காட்டுக் காத்து சுருசுருன்னு பாம்பு ஊந்த மாதிரி ரூமுக்குள்ள என்னம்மா நொளஞ்சிச்சு... ஒனக்கு, மேல கேபின் ரூமுல அவ்வளவாக் குளுந்திராது... மிஷின் ஓடுற கதகதப்புல குளிர் தெரியாது...'

'எங்க?... மேல என்ன காங்கிரீட்டா போட்டுக் கட்டியிருக்காஹ உங்க கல்யாணியா பிள்ளை மொதலாளி?... தகரத்துக்குக் கீழே புரொஜக்டர் மிஷினு. மேல எல்லாம் பனிமழை பெஞ்சாப்பல தண்ணியா ஊத்துது...'

'பின்ன புரொஜக்டர் ரூமுக்கு மேல தகரம் போடாம என்னத்தடே போடுவாஹ?...'

சூரி பேசிக்கொண்டே தெருவோரமாகப் போய்விட்டான். அந்த இடம் பாலு வாத்தியார் வீட்டுக்கு முந்தின பந்தல்கார நாராயண மூப்பனார் வீட்டுப் பக்கம்.

'...ச்சை... வரவர இந்தத் தெருவையே பிள்ளைமாரத் தவுத்தி மத்த சாதிச் சனங்க வளைச்சுப் புடிச்சுப் போடுங்க போலிருக்கு... எங்கன கால வைச்சாலும் ஒரே நரகலாக் கெடக்கு...'

'நீ எதுக்கு அங்கன ஓரத்துக்குப் போற?... சரிடே... நம்ம வீடு வந்தாச்சு, நான் வரட்டுமா?' ஒரு வீட்டு வாசலைப் பார்க்க நடந்தார் சங்கரன் பிள்ளை.

'ஓங்களுக்கென்ன அண்ணாச்சி? ஒதுங்கதுக்கு ஒண்ணுக்கு ரெண்டு எடம் இருக்கு – குளுராவது ஒண்ணாவது?... ஆப்ரேட்டர் பொழப்பா ஓங்களுக்கு?...' என்று அவரைக் கேலிசெய்து பேசிக்கொண்டே போய்க்கொண்டிருந்தான் சூரி. அவனுடைய வீடு திருப்பணி முக்கில் முனிஸிபாலிட்டி குளியலறைக்குப் பக்கத்தில் இருந்தது.

சங்கரன் பிள்ளை, தலைவாசலை அடுத்த ஜன்னல் கதவின் மேல்புறம் கையை வைத்துத் தள்ளினார். அது திறந்து கொண்டது. ஜன்னல் கம்பிகளினூடே மங்கலாக விடிவிளக்கு எரிந்துகொண்டிருப்பது தெரிந்தது. ஜன்னலை எட்டிப் பார்த்து, 'சௌந்திரா... சௌந்திரா...' என்று கூப்பிட்டார்.

உள்ளே விளக்கு போடப்பட்டு ஜன்னல் வழியே விளக்கு வெளிச்சம் தெருவில் பாதிவரை வந்து விழுந்தது. எதிர்த்த பண்டாரம் கடை வாசலில் படுத்திருந்த நாய் இந்த வெளிச்சத்தில் விழித்துக்கொண்டு எழுந்துகொண்டது. பிறகு வாசலில் நிற்கிற சங்கரன் பிள்ளையைப் பார்த்துவிட்டு அவரைப் பார்க்க வந்தது. அதற்குள் சௌந்திரம் கதவைத் திறந்துவிட்டாள். வேகமாக வந்த நாய் பாதி தூரத்திலேயே தயங்கி நின்றுவிட்டது. கதவைத் திறந்துகொண்டே, 'மணி என்ன ஆச்சு...?' என்று கேட்டாள் சௌந்திரம்.

'ரெண்டுக்கு மேல இருக்கும்...' என்று சொல்லிவிட்டு சௌந்திரத்தைக் கடந்து முன்னால் போனார் சங்கரன் பிள்ளை, சௌந்திரம் தெருவாசல் கதவைத் தாழ்ப்பாள் போட்டுவிட்டு அவர் பின்னாலேயே வீட்டினுள் நுழையும்போது, சங்கரன் பிள்ளை ஜிப்பாவைக் கழற்றி அவரும், சௌந்திரமும் இருக்கும்

போட்டோ ஆணியில் மாட்டிக்கொண்டிருந்தார். மாட்டிவிட்டு நடைவாசலைப் பார்த்தவர், எதிர்வீட்டு வாசல் இருட்டிற்குள் கூர்ந்து பார்த்தார். வெள்ளையாக ஏதோ அசைகிறது போலிருந்தது.

சௌந்திரம், வீட்டுவாசல் கதவையும் தாழிட்டுவிட்டு அவர் அருகே வந்து நின்றாள். அவளைவிட அவர் ஒரு அடிக்கும் மேலே உயரமாக இருந்தார். சௌந்திரம் அவரை அண்ணாந்து பார்த்து, 'என்ன தண்ணியா ...? கப்புன்னு மூஞ்சிக்குள்ள வீசுதே ...?'

'சும்மா ... ஒண்ணுமில்ல ... சின்ன முதலாளி டெல்லிக்குப் போயிட்டு வந்தாரு ... கொட்டகையில வச்சே கொஞ்சம்போல சாப்பிட்டோம் ... ஆமா ... எதிர்த்த வீட்டுத் திருணையில படுத்திருக்கது யாரு ...?'

'வேற யாரு? ... ஆழ்வார்குறிச்சி ஆயான் வந்திருக்காரு ... ஒங்களை ரொம்ப விசாரிச்சாரு ... தீர்த்தம் போட்டாச்சு ... சாப்பாடு ஆச்சா இல்லையா ...?' என்று கேட்டுக்கொண்டே அடுக்களைக்குப் போனாள்.

'சாப்பிடணும் ... சேரகுளம் பண்ணையார் வீட்டுக்கு வந்தாரா? ...' என்று கேட்டுக்கொண்டே ஜிப்பா பைகளில் சிகரெட், தீப்பெட்டியைத் தேடினார். அடுக்களையிலிருந்து சௌந்திரத்தின் குரல் கேட்கவில்லை. வாயில் சிகரெட்டை வைத்துப்பற்ற வைத்துக்கொண்டே அடுக்களைக்குள் செல்வ தற்கும் சௌந்திரம் அங்கணத்திலிருந்து எழுவதற்கும் சரியாக இருந்தது. கொப்பரையிலிருந்து செம்பில் தண்ணீரை மொண்டு கால்களைக் கழுவிக்கொண்டே, 'அவராவது வரவாவது ... இந்தப் பூ நெல்லையும் கோர்ட்ல போட்டுத்தான் வாங்கப் போறீயோ? ... சொமை கால் பணம் சொமை கூலி முக்காப் பணம்ன்னானாம் ... அவர்கிட்டே குடுத்த பணத்த அந்தப் பண்டாபீஸ்ல போட்டிருந்தாக்கூட மாசா மாசம் வட்டிய வீடு தேடி வந்து குடுத்துட்டுப் போவான் ... இல்ல அந்தப் புள்ள செவாமிக்காவது ஒரு தங்கத் தகட்டை அடிச்சுப் பண்ணி யிருக்கலாம். சொன்னாக் கேட்டாத்தான ...? செவாமின்னதும் ஞாபகம் வருது ... பாப்பையா சாயந்தரம் வந்திருந்தான்' என்று சொல்லிக்கொண்டே அவருக்குச் சாப்பாடு எடுத்துவைக்க ஆரம்பித்தாள்.

'எதுக்கு வந்தான்? ... அப்பா இருக்காரா செத்துட்டாரான்னு பார்க்க வந்தானா ...?' என்று எரிச்சலோடு சிகரெட்டை உறிஞ்சி இழுத்துக்கொண்டே சுவரில் சாற்றியிருந்த பலகையை இழுத்துப் போட்டு உட்கார்ந்தார். அவர் சொன்னதைக் கேட்டதும் சௌந்தரம் அவரைக் கோபத்தோடு திரும்பிப் பார்த்தாள்.

‘என்ன முழிக்க?... நீதான் என்னம்மோ அதுகளைப் பெத்துட்ட மாதிரி மனசுல நெனைச்சுக்கிட்டுக் கெடக்க... அவன் என்னை மதிக்கானா?... நான் வீட்டுக்குப் போனா எவனோ கள்ளப் பயலப் பாக்காப்பல மொறைச்சுப் பாக்கான்... படவா..!’

‘எல்லாம் நீங்க இருக்க எடத்துல இருந்தா அதுகளும் உங்களை மதிக்கத்தான் செய்யும்...’

சௌந்திரம் சாப்பாட்டுத் தட்டை அவர் முன்னால் வைத்துவிட்டுப் பேசாமல் சென்று செப்பானையைத் திறந்து சொம்பில் தண்ணீரை முகர்ந்துகொண்டு, டம்ளரையும் எடுத்துக் கொண்டு வந்து அவர் முன்னால் உட்கார்ந்தாள். அவர் அண்ணாந்து பார்த்தபடியே சிகரெட்டை ஊதிக்கொண்டிருந்தார்.

‘யப்பா!... பாளையங்கோட்டைப் புள்ள... சிகரெட்டை ஊதியாச்சா என்ன...? சாப்பிட்டுட்டுப் பாக்கிய ஊதுங்க... மூக்குக்கு முன்ன கோவந்தான் வருது...’

அதற்கப்புறம் அவர் ஒன்றுமே பேசவில்லை. சிகரெட்டைத் தரையில் அழுத்தித் தேய்த்து அணைத்துவிட்டு அங்கணத்தில் எறிந்தார். சாப்பாட்டுத் தட்டை இழுத்துப் பக்கத்தில் வைத்துக்கொண்டு சாப்பிட ஆரம்பித்தார்.

‘கையைக் கழுவிட்டுத்தான் சாப்பிட்டா என்ன?’

அதற்கு அவர் பதில் பேசவில்லை. சாப்பிட்டு முடித்துவிட்டு வேகமாகப் பட்டகசாலைக்குப் போய்ப் படுக்கையை விரித்துப் படுத்துவிட்டார். படுத்துக்கொண்டே இடுப்பில் முந்தியில் மடித்துவைத்திருந்த சிகரெட் பெட்டியையும் தீப்பெட்டியையும் எடுத்து, சிகரெட்டைப் பற்றவைத்துப் புகைக்க ஆரம்பித்தார். சௌந்திரம் அடுக்களை வேலையை முடித்துவிட்டு அடுக்களை ஜன்னல் கதவைக் கொக்கி போடப் போனாள். கீழ் ஜன்னல் கம்பியில் எப்போதோ போட்டிருந்த முருங்கைச் சக்கைகள் தெருப் பக்கமாய் ஜன்னல் ஓரத்தில் உட்கார்ந்திருந்தன. அவற்றை அங்கணக் குழி கழுவுகிற வாரியல் குச்சியால் தள்ளிவிட்டாள். சக்கைகள் சுவரையொட்டி ஓடுகிற சாக்கடையைத் தாண்டித் தெருவில் விழுந்தன. பண்டாரம் கடையில் படுத்திருந்த நாய் அவசரமாக ஓடி வந்தது. ‘அட மூதி... இப்ப ஒனக்குத்தான் விருந்து போடுதாஹளாக்கும்...’ என்று அதைத் திட்டிக்கொண்டே கதவைக் கொக்கி போட்டாள்.

வாசல் பக்கம் போட்டிருந்த தனது படுக்கையை அப்படியே குனிந்து இழுத்து அவரருகே போட்டுவிட்டு

சுவிட்ச் போர்டு பக்கம் போய் நின்றுகொண்டு, 'வெளக்கை அணைச்சிரட்டுமா?...' என்றாள். சங்கரன் பிள்ளை பதில் பேசவில்லை. சிகரெட் புகை மட்டும் வாயிலிருந்து வெளியே போய்க்கொண்டிருந்தது. அவளே விளக்கை அணைத்துவிட்டு வந்து படுக்கையில் படுத்துக்கொண்டாள்.

மச்சு வீட்டில் சீலிங் பேன் ஓடுகிற சத்தம் தெளிவாகத் தலைக்கு உயரே கேட்டது. சங்கரன் பிள்ளை சிகரெட் புகையை உள்ளே இழுத்து வெளியே விடும்போது, இருட்டில் சிகரெட் கங்கு விட்டுவிட்டுப் பிரகாசிப்பதையே கொஞ்ச நேரம் வேடிக்கை பார்த்துக்கொண்டிருந்தாள் சௌந்திரம். திடீரென்று அவரே பேச ஆரம்பித்தார்.

'அவன் எதுக்கு வந்தானாம்?'

இருட்டுக்குள் கொஞ்சம் சத்தமாகவே சிரித்தாள் சௌந்திரம். சிரித்துக்கொண்டே, 'என்ன கோவதாவமெல்லாம் தீந்து போச்சா இல்ல, மிச்ச மிஞ்சாடி இருக்கா?'

'சரி... வேண்டாம்... சொல்ல இஷ்டம் இருந்தாச் சொல்லு... இல்லையான்னா வேண்டாம்...' என்று வெடுக்கென்று பதில் சொல்லிவிட்டு மறுபக்கமாகத் திரும்பிப் படுத்துக்கொண்டார்.

சௌந்தரம் அவர் பக்கம் திரும்பி அவர் தோளில் கைகளைப் பதித்து, 'சரி... சரி... என் ராஜால்ல... திரும்புங்க...' என்று மெதுவாகச் சொன்னாள்.

'நாளைக்கு அவனுக்கு இண்டர்வியூ ஒண்ணு இருக்காம். ஒங்ககிட்டே சொல்லி யாரையோ பார்க்கச் சொல்லணும்னு சொன்னான்' என்றாள் சௌந்திரம்.

சௌந்திரம் சொன்னதைப் பற்றி அவர் பெரிதாக ஒன்றும் நினைத்துவிடவில்லை. குடும்பத்தைப் பற்றிச் சிறிது நேரம் யோசித்தார். பிறகு அதுவும் மறைந்துபோய் விட்டது. மறுநாள் சாயந்தரம் தியேட்டருக்கு வரும் முன்பாக, தன்னுடைய கொக்கிரகுளம் வீட்டுக்கு கல்யாணியா பிள்ளை முதலாளி வரச் சொன்னதை நினைத்துக்கொண்டேயிருந்தார். இன்றைக்குக் குடித்த ரம் ரொம்ப உசத்தியானதுதான் போல... எவ்வளவு நேரத்துக்குப் போதை இருக்கு... குடித்து நாலு மணி நேரத்துக்கு மேல் ஆச்சே... நாளைக்கு ஏதோ புதுப்படம் மாற்ற வேண்டும் என்று மானேஜர் ரூமில் யாரோ கல்யாணியா பிள்ளையிடம் பேசிக்கொண்டிருந்தது திடீரென்று ஞாபகத்துக்கு வந்தது. வந்த ஆள் யாரென்பது அறவே மனத்தில் இல்லை.

யாராவது டிஸ்டிரிபியூட்டராகத்தான் இருக்கும். கல்யாணியா பிள்ளையிடம் படத்தைப் பற்றிப் பேசுகிறது வேறு யாராக இருக்கும்? 'சௌந்திரா... சௌந்திரா...' என்று மெதுவாகக் கூப்பிட்டார். சௌந்திரம் நன்றாக உறங்கிப் போய்விட்டாள். வலது கையை நெற்றியில் மடக்கிவைத்து ஜடையைத் தலையணைக்கு மேல் எடுத்துப் போட்டுவிட்டிருந்தாள். விடிவிளக்கு வெளிச்சத்தில் அன்றுதான் கல்யாணமாகி வந்திருக்கிறவளைப் போல இருந்தாள் சௌந்திரம்.

2

அன்று பாப்பையா பார்த்த படத்தை அவனுக்குக் கொஞ்சம்கூடப் பிடிக்கவில்லை. இத்தனைக்கும் அவனுக்கு ரொம்பவும் பிடித்தமான டைரக்டர் டைரக்ட் செய்திருந்த படம்தான். அமெரிக்காவில் குடியேறிவிட்டதாகச் சொல்லப் பட்ட பத்மினிகூட ரொம்ப நாளைக்கப்புறம் அந்தப் படத்தில் கொஞ்ச நேரம் ஒரு சிறு வேடத்தில் வந்து போயிருந்தாள். தடித்திருந்தாலும் கூட அவள் செளந்திரத்தைப் போல பார்க்க அழகாக இருந்ததாகத் தோன்றியது பாப்பையாவுக்கு.

அவனுடன் படத்துக்கு வந்திருந்த பிலிப் சார்வாள் மகன் தியோடர், யாரையோ டவுனில் பார்த்துவிட்டுக் காலையில்தான் வருவேன் என்று சொல்லிவிட்டுப் போய்விட்டான். இந்து ஹைஸ்கூல் பக்கம் வந்தபோது குத்தாலம் டிரைவரைப் பார்த்தான். குத்தாலம் ஒரு காலத்தில் பெரிய கேடியாகத் திரிந்தவன். கேடி என்றால் என்ன? எல்லோரையும் போல் பாப்பையாவுக்கும் அதற்குச் சரியான அர்த்தம் தெரியாது. ஆனால் எல்லோரும் கேடி என்பதை அர்த்தம் தெரிந்துதான் சொல்லுகிறது போலப் பட்டது. மிலிட்டரியில் கொஞ்ச காலம் இருந்துவிட்டு வந்திருந்தான் குத்தாலம்.

குத்தாலத்தைப் பற்றி வேணு செட்டியாரும் கணேச மாமாவும் நிறையச் சொல்லியிருக்கிறார்கள். ஒரு தடவை கணேச மாமாவும் வஸந்தா அத்தை யும் கல்யாணமான புதுசில் சினிமா பார்த்து விட்டு வல்லக்குளத்தாச்சி வீட்டுப் பக்கம் வந்து கொண்டிருந்தபோது, வஸந்தா அத்தையின் கையைப் பிடித்து இழுத்துவிட்டானாம். வஸந்தா அத்தைக்கு நாகர்கோவில் பக்கம். பூதப்பாண்டி.

வஸ்ந்தா அத்தையும் கணேச மாமாவும் சத்தம் போட்டுக் கத்த, கடையில் கூட்டம் இல்லாததால், வெளியே கடைப் பலகையை மண்ணெண்ணெய் டின்மீது போட்டுப் படுத்திருந்த வேணு செட்டியார், அடித்துப் பிடித்துக்கொண்டு எழுந்து ஓடிவரவும், குத்தாலம் வஸந்தா அத்தையை விட்டுவிட்டு ஓடியே போய்விட்டானாம். இன்றைக்கும் வஸந்தா அத்தை வண்ணாரக் குடித் தெருவைச் சுற்றிக்கொண்டுதான் எங்கே போனாலும் போகிறாள். வல்லக்குளத்து ஆச்சி வீட்டில் அந்தத் தாத்தா இறந்துபோனபோது, மச்சுவீட்டு அம்மாள்கூட அப்படியே வீட்டைப் போட்டுவிட்டு துஷ்டி வீட்டுக்குப் போனாள். வஸந்தா அத்தை, அந்த ஆச்சி மகளைப் பம்படியில் வைத்துப் பார்த்துத் துஷ்டி கேட்டதோடு சரி.

குத்தாலத்துக்கு அப்பா கிடையாது. அவனுடைய அம்மாவும் அப்பாவும் வேறுவேறு ஜாதி என்றுகூட ஊரில் ஒரு பேச்சு உண்டு. அவனுடைய அம்மா கிறிஸ்தவப் பெண். இப்படி இல்லாமலிருந்தால் மார்க்கெட் ஸ்கூலில் அவளுக்கு டீச்சர் வேலை கிடைத்திருக்குமா?

மிலிட்டிரியிலிருந்து திரும்பிய பிறகு மூன்று வருஷம் போல குத்தாலம் இப்படித்தான் வாடாவழியாகத் திரிந்தான்.

பாப்பையா எஸ்.எஸ்.எல்.சி. படித்து முடித்ததுமே அக்கா படித்த டைப்ரைட்டிங் இன்ஸ்டிட்டியூட்டில் சேர்ந்து விட்டான். தினந்தோறும் ஜங்ஷனுக்கு வந்து படித்துவிட்டுப் போகிறது கஷ்டமாகத்தான் இருந்தது. சிவகாமி அக்காதான் குடும்பத்தின் தலைவியைப்போல் ஆகிவிட்டாள். வெளியிலும் சிவகாமி அக்காவின் சொல்லுக்குத்தான் மதிப்பு இருக்கிறது. சிவகாமி அக்கா சீட்டு நடத்துகிறாள். சுற்றிலும் உள்ள குடித்தனக்காரர்கள் வீட்டில் நல்லது பொல்லது எது நடந்தாலும், அக்கா முதல் ஆளாக நிற்கிறாள். அவர்களுக்கு ஏற்படுகிற சிறுசிறு பிரச்னைகளைக்கூட, அக்கா சொல்லுகிற யோசனையைக் கேட்டுத் தீர்த்துக்கொள்கிறார்கள். வேலைக்குப் போகிறவர்கள் அப்ளிகேஷன் எழுத சிவகாமி அக்காவைத்தான் நம்பியிருக்கிறார்கள். சர்வீஸ் கமிஷன் பரீட்சை வந்துவிட்டால் போதும், விண்ணப்பப் பாரங்களைப் பூர்த்தி செய்வது முதல், பரீட்சை சம்பந்தமான கேள்விகளுக்குப் படிக்கிறதுவரை அவள் உதவி தேவை.

அம்மாவுக்குக்கூட சிவகாமி அக்காவை முன்னிட்டு மனத்திற்குள் ஏகப்பட்ட பெருமை உண்டு. பக்கத்து வீட்டுக்காரர்களிடம் பேசிக்கொண்டிருக்கும்போது, 'செவாமிக்குத்

தெரியும்... அவளக் கேட்டா தெரியும்... செவாமி சொன்னா...' என்று அடிக்கடி சொல்லிக்கொண்டே இருப்பாள்.

சங்கரன் பிள்ளையைப் போல குடும்பத்தைக் கவனிக்காமல் திரிகிறவர்கள் ரொம்பக் கொஞ்சம். மெடிக்கல் ஸ்டோர்ஸ் முருகையா பிள்ளை வீடு, சினிமா கொட்டகை கல்யாணியா பிள்ளை, மார்க்கெட் நயினார் பிள்ளை போன்ற பெரிய வீடுகளை யாரும் குற்றம் சொல்ல முடியாது. அந்த வீடுகளில் உள்ள சில விடலைப் பிள்ளைகள்தான் வாடா வழியாக அலைந்தன. முருகையா பிள்ளையுடைய மகன் தச்சநல்லூரில் நாடகக்காரி வீட்டில் போய்க் கிடந்தான் என்பது போன்ற சில சம்பவங்களைத் தவிர, அந்தக் குடும்பத்து ஆண்கள் தங்கள் ஸ்தானத்தைப் பெண்களுக்கு அவ்வளவாக விட்டுக்கொடுத்து விடவில்லை. இன்றைக்கும் நயினார் பிள்ளை வீட்டில், முன் வராந்தாவில் அவர் கட்டிலில் உட்கார்ந்துகொண்டு, வந்திருந்த வியாபாரிகளோடு பேசிக்கொண்டேயிருந்தால், எவ்வளவு பெரிய தலைபோகிற காரியமாக வெளியே போக வேண்டியதிருந்தாலும் அவரைத் தாண்டிப் போக அவர் வீட்டுப் பெண்கள் பயப்படுகிறார்கள். இதெல்லாம், ஆண்களின் கட்டுப்பாட்டில்தான் அவர்கள் இருக்கிறார்கள் என்பதைத்தானே காட்டுகின்றன?

மச்சு வீட்டு நடராஜ பிள்ளையும் கோமதியின் அப்பா சரவண பிள்ளையும்கூட, தொண்டர் சன்னதிக் கடைகளில் கணக்கு எழுதுகிற அளவுக்குப் போயிருந்தாலும், தங்கள் வீடுகளில் தங்களுக்குள்ள இடங்களைத் தக்கவைத்துக் கொண்டிருந்தார்கள் என்றுதான் சொல்லவேண்டும். சங்கரன் பிள்ளை விஷயத்தைத்தான் எடுத்துக்கொள்வோமே, அவர் தெற்குப் புதுத்தெருவில் சௌந்திரத்தோடு போய் இருந்திரா விட்டால், அவரை விரலை மடக்கி யாராவது ஏதாவது சொல்லிவிட முடியுமா?

சௌந்திரத்தைப் பற்றி ஞாபகம் வந்ததும், அன்று சாயந்தரம் சௌந்திரத்தோடு பேசிக்கொண்டிருந்தபோது நடந்ததை யெல்லாம் நினைத்துப் பார்த்தான்.

சௌந்திரத்தை ஆராம்புளியிலிருந்து டவுனுக்குக் கூட்டிவந்த இரண்டாம் நாளே ஊர் பூராவும் தெரிந்துவிட்டது. மரகதம் அழுது புரண்டாள். சௌந்திரத்தை அம்மாவுக்கும் ஆலந்தா மாமாவுக்கும்கூடத் தெரியுமாம். ஆராம்புளியிலிருந்த ஒரு தோப்பை ரொம்ப நாட்களாக சங்கரன் பிள்ளை, ஒத்தி – மேல் ஒத்தி என்று வைத்துக்கொண்டிருந்தார். சங்கரன் பிள்ளையின் தகப்பனார் தன் சுய சம்பாத்தியத்தில் வாங்கினது அது. நூற்றிச்

சொச்சம் தென்னையும் சில மாமரங்களும் இருந்தன. அந்தத் தோப்பைத் தாத்தா காலத்திலிருந்தே சுப்பையாதான் பார்த்து வந்தான்.

சங்கரன் பிள்ளையையும் ஒன்றும் குற்றமாகச் சொல்ல முடியாது. தன் தகப்பனார் செய்துவந்த வெங்காய வியாபாரத்தைத்தான் அவரும் செய்துவந்தார். மேலரத வீதியில் 'சீனாதானா' கடை என்றால் நூறுமைல்களுக்கு அப்பாலுள்ள மதுரையில்கூடத் தெரியும். சங்கரன் பிள்ளையும் வியாபாரத்தில் கெட்டியாகத்தான் இருந்தார். ஆனால் ஒரு விஷயம். கல்யாணத்துக்கு முன்பே கனகராய முடுக்குத் தெருவுக்கு சங்கரன் பிள்ளை அடிக்கடி போய் வருவார்.

கனகராய முடுக்குத் தெருவில் கொஞ்சம் மலையாளத்துப் பொம்பளைகள் உண்டு. சங்கரன் பிள்ளை மேலரத வீதி கடையை மூடினதற்கு இந்தப் பொம்பளைகள் சகவாசம்தான் காரணம் என்று எல்லோரும் ஒரேடியாகச் சொல்லிவிட்டார்கள். பஜனை மடத்துத் தாத்தாவே இப்படிச் சொல்லித் தீர்த்துக் கட்டிவிட்ட பிறகு, வேறு யார்தான் எதிர்த்துப் பேச முடியும்?

மரகதம் பெரிய குடும்பத்தில் பிறந்த பெண்தான். அவள் சங்கரன் பிள்ளையைத் திருமணம் செய்துகொண்ட பின் கௌரவமும் மதிப்பும்மிக்க அந்தக் குடும்பத்தின் பொறுப்புகள் எல்லாம் அவளிடம் வந்து சேர்ந்தன. வீட்டின் நிர்வாகம் ஆச்சி கையிலிருந்து அவள் கைக்கு மாறியது; என்றாலும்கூட, சங்கரன் பிள்ளை கடையை மூடுவதை அவளால் தடுத்து நிறுத்த முடியவில்லை.

கடைசியாக அந்த ஆராம்புளி தோப்பு விஷயமாகப் போய் வந்தபோதெல்லாம், அந்த ஊர் கணக்கப் பிள்ளை வீட்டில்தான் தங்கிவிட்டு வருவார். தங்கப் போன இடத்தில் கணக்கப் பிள்ளை சம்சாரம் சௌந்திரத்துக்கும் இவருக்கும் எப்படியோ தொடுக்கிக்கொண்டுவிட்டது. அவளுக்கு அப்போது 25 வயதுகூட இராது. பன்னிரெண்டு வருஷத்துக்கு முன்பு நடந்த சம்பவம் இது. சௌந்திரத்தைப் பார்க்கும் போதெல்லாம் பாப்பையாவுக்குப் பள்ளிக்கூடப் புஸ்தகத்தில் இருக்கிற சரோஜினி நாயுடுவின் படம்தான் ஞாபகத்துக்கு வரும். அச்சு அசல் அதே முக ஜாடைதான் சௌந்திரத்துக்கு.

பிறகென்ன, சௌந்திரம் தன் புருஷனை விட்டுவிட்டு சங்கரன் பிள்ளையோடு வந்துவிட்டாள். முன்னெச்சரிக்கையாக, தனக்கும் தன் புருஷனுக்கும் ஒத்துவரவில்லையென்று ஸ்ரீவைகுண்டம் கோர்ட்டில் மனுவும் தாக்கல்செய்துவிட்டாள். அவளைத் திருநெல்வேலிக்குக் கூட்டிக்கொண்டு வந்த பிற்பாடு,

சங்கரன் பிள்ளைக்கு வந்த சிறுசிறு தொந்தரவுகளைக்கூட, அவருடைய பழைய சினேகிதர் என்ற ஹோதாவில் கல்யாணியா பிள்ளை கவனித்துக்கொண்டார்.

அந்தத் தோப்பு விற்ற பணம் ஒரு சல்லிக் காசுகூட வீட்டுக்கு வந்து சேரவில்லை. தோப்பு விற்கும்போது செளந்திரம் ஆராம்புளியில்தான் இருந்தாள். பேரனார் சொத்து என்பதால் சிவகாமியும் இவனும் கையெழுத்துப் போட வேண்டியிருந்தது. ஏரல் நாடார் ஒருத்தர்தான் தோப்பை விலைக்கு வாங்கினார். சங்கரன் பிள்ளை எல்லோரையும் எப்படியோ வசியம் பண்ணி, டவுனிலிருந்து ஆராம்புளிக்கு அழைத்துக்கொண்டு போனார். அம்மா இரண்டு நாட்களாகவே அவரை ஆயிரம் கேள்விகள் கேட்டுத் துளைத்தாள். எல்லாமே குடும்ப நன்மைக்குத்தான் என்கிற மாதிரி அவர் பேசிச் சரிக்கட்டிவிட்டார்.

ஆராம்புளியில் எல்லோரும் செளந்திரத்து வீட்டில்தான் தங்கினார்கள். மரகதத்துக்கு அவருடைய ஒவ்வொரு அசைவும் தெரியும். அங்கே போனதுமே அவரும் செளந்திரமும் பழகுகிறதைப் பார்த்து மரகதத்துக்குச் சந்தேகம் வந்துவிட்டது. பெண்களுக்கு இந்த விஷயத்தில் எப்படியோ மிகுந்த முன்னெச்சரிக்கை வந்துவிடுகிறது. பல்லைக் கடித்துக்கொண்டு இரண்டு நாட்கள் அங்கே இருந்தாள். செளந்திரம் நல்ல பெண்ணா, மோசமானவளா? இன்றைக்கும் செளந்திரத்தைப் பார்த்து விட்டு வரும்போதெல்லாம், அம்மாகூட இவ்வளவு பிரியமாக இருந்ததில்லையே என்றுதான் அவனுக்குத் தோன்றுகிறது.

'அக்கா . . . அக்கா . . .' என்று இரண்டு நாளும் கல்யாண வீடு மாதிரி உபசரித்தாள். சிவகாமிக்கும் பாப்பையாவுக்கும் என்ன பிடிக்குமென்பதைப் பேச்சுவாக்கில் தெரிந்துகொண்டு, அன்று சாயந்திரமே எண்ணெய்ச் சட்டியை அடுப்பில் ஏற்றிச் செய்துகொடுத்தாள்.

சிவகாமிக்கும் இவனுக்கும் தோப்பை விற்பது அப்போது அவ்வளவு பெரிய விஷயமாகத் தெரியவில்லை. அந்தச் சமயத்தில் நடந்த ஒவ்வொரு சிறு விஷயமும் இன்னும் ஞாபகமிருக்கிறது. செளந்திரத்தை அத்தை என்றும், அவள் புருஷனை மாமா என்றும் அழைக்க வேண்டுமென்று மரகதம் சொல்லித் தந்திருந்தபடியே இருவரும் அழைத்தார்கள். இரவில் படுக்கப் போகும்போது, அவள் மீது ஏறி விளையாடுவதில் சிவகாமிக்கும் இவனுக்கும் போட்டி வந்தது.

செளந்திரம், பத்திரம் ரிஜிஸ்தர் ஆன அன்று, வல்ல நாட்டுக்கு வண்டிபோட்டுக்கொண்டுபோய், இவர்கள்

இருவருக்கும் சினிமா காட்டிவிட்டு வந்தாள். மரகதம் வரவில்லை. 'அலிபாபாவும் நாற்பது திருடர்களும்' பார்த்துவிட்டு வந்தார்கள். அதற்கப்புறம்தான் பாப்பையாவுக்கு எம்.ஜி.ஆர். படம் பிடிக்க ஆரம்பித்தது. பிறகு எம்.ஜி.ஆர். கட்சி மாறியதும் (விலகியதும்) அவர் பேரில் இருந்த அபிமானம் விட்டுப்போய்விட்டது வேறு விஷயம். ஆனால் செல்லையாவும் கழுதக் காலன் மாணிக்கமும் இன்னும்கூட எம்.ஜி.ஆர். ரசிகர்களாகத்தான் இருக்கிறார்கள்.

எதையெல்லாமோ யோசித்துக்கொண்டு ஜங்ஷனிலிருந்து மார்க்கெட் வரை நடந்தே வந்துவிட்டான். வேணு செட்டியார் கடைகூடத் தெரிய ஆரம்பித்துவிட்டது. வீட்டுப் பக்கமே வந்தாயிற்று.

வேணு செட்டியார் வியாபாரத்தில் மும்முரமாக மூழ்கி யிருந்ததால் இவனைப் பார்க்கவில்லை. இவனைப் பார்த்து விட்டால் அவர் கூப்பிடாமல் இருக்கமாட்டார். அதுவும், இந்த நேரத்துக்கு அங்கே போய் நின்றால், ஆளை லேசில் விடவே மாட்டார். வீட்டுக்குப் புறப்படுகிற போதெல்லாம், 'என்னவே மைனர் பிள்ளை ... அங்கன வீட்டுல எந்த ராஜ்ஜியத்தை ஆளுதது கெட்டுப் போகுது? ரெண்டாம் பிளே விடட்டுமே... ஒண்ணாவே கடையப் பூட்டிப் போட்டுப் போலாம்... செத்த நேரத்துல நம்ம டெயிலர் கணேசனும் வந்திருவான். வளவுக்காரரும் வளவுக் காரருமா சேந்தே போவலாம்ய்யா... பாத்தேரா ... நல்ல வேள யாபகம் வந்துது ... நாலைஞ்சு நாளா சில்லறை எண்ணாமச் சேந்து கெடக்கு. நாளைக்கி அய்யனார் கம்பேனிக்காரன் வருவான். அவங்கிட்டே இந்தச் சீண்டரத்தைச் சேர்ப்பிச்சுப் போடலாம்... இந்தாரும் இத அங்ஙன உக்காந்து எண்ணும், என்று, எதையாவது சொல்லி இருக்கவைத்து விடுவார். வேணு செட்டியார் எப்படித்தான் வியாபாரியாக இருக்கிறாரோ தெரியவில்லை. கடைக்கு வருகிற எல்லோரிடமும் இப்படியேதான் பேசுவார்.

இரண்டாவது ஷோ சினிமா முடிகிறவரை இப்படி அவருக்குப் பொழுதைப் போக்க யாராவது ஆள் கிடைத்துவிடுவார்கள். பத்து மணிக்குப் பிறகு வியாபாரம் அவ்வளவாக இராது. கடையைப் பூட்டிக்கொண்டு போய்விடலாம்தான். 'வே! அப்படி இல்லவே ... ரெண்டாம் பிளே பாத்துட்டுப் போறவன் ஒரு பீடிக்கட்டைய வேண்டணும்னு நெனைச்சான் ... அட, யாருக்காவது வீட்டுல வாயுக் குத்துன்னு மூச்சை அடச்சிச்சி... ஒரு துண்டு சுக்குத் தேவையிராதா ...?'

'ஆமா, வாயுக் குத்துக்கு முருங்கைச் சாறல்ல குடுப்பாக, சுக்கு எதுக்கு?' என்று யாராவது இடைமறித்துக் கேட்டால், 'ஆடு

வாங்க வந்த வாப்பா கேட்டது மாதிரி, குறுக்கக் குறுக்கப் பேசாதீயடா ...!' என்று செல்லமாகக் கோபித்துக்கொண்டே, கேட்டவனைத் தனக்குப் பக்கத்தில் வைத்திருக்கிற பன்றி விரட்டுகிற, உருட்டு மூங்கில் கம்பை எடுத்து அடிக்கப் போகிற மாதிரி பாவனை காட்டுவார்.

அவர் கடைக்குப் பக்கத்தில் பாப்பையா வரும்போது அவனைப் பார்த்துவிட்டார் செட்டியார். அப்போது கடையில் பிள்ளையார் கோவில் பட்டரும், ஹைகிரவுண்டில் சித்தாள் வேலை பார்க்கிற அர்ஜுனனும் நின்றுகொண்டிருந்தார்கள். மண்ணெண்ணெய் டின்களை வைத்து அதன்மீது கடைப் பலகையைக் குறுக்காகப் போட்டுச் செய்திருந்த அவசர கால பெஞ்சின் மேல், ஹிந்தி சார்வாளும் கணேச மாமாவும் உட்கார்ந்து வெற்றிலைபோட்டுக்கொண்டிருந்தனர். இவனைப் பார்த்ததும், 'ஆரது?... பாப்பையா புள்ளையா?... எங்க போயிட்டு வாராப்பலே? சினிமாவுக்கா ...' என்று கேட்டார் செட்டியார். அவர் கேட்டதைப் பார்த்து, பேசிக்கொண்டிருந்த ஹிந்தி சார்வாளும் கணேச மாமாவும் திரும்பிப் பார்த்தார்கள்.

'இல்ல செட்டியார ... நான் வீடுவரைக்கும் போயிட்டு ஒரு அஞ்சல்ல வந்திருதேன் ...' என்றான் பாப்பையா.

ஹிந்தி சார்வாளைப் பார்த்து வேணு செட்டியார் கண் சிமிட்டினார். 'சார்வாள்! பாத்துக்குங்க ... இந்தக் காலத்துப் புள்ளயோ என்ன சாமர்த்தியமாப் பேசுதுஹ பாத்தேளா ... ஓங்க காலத்துல இப்படி உண்டுமா ...?' என்றார். ஹிந்தி சார்வாளும் கணேச மாமாவும் அதைக் கேட்டுச் சிரித்தார்கள்.

'யய்யா! அந்தக் கதையெல்லாம் இங்க வேண்டாம்...' என்றார்.

'இல்ல செட்டியார்வாள் ... சாயந்தரமே போனவனக் காணலியேன்னு அவுஹ அம்மையும் அக்காவும் தேடிக்கிட்டிருக்காஹ, அவனைப் போகவிடுங்க ...' என்றார் கணேச மாமா.

'யோவ் டெயிலரய்யா பார்த்தேரா ... ஒம்ம மலையாளத்து வேலைய இங்கன காம்பிக்கீரே?...'

'அட ... நான் பொய்யா சொல்லுதேங்கேன் ... ஏடே, நீ போப்பா ... நீ டவுனுக்குப் போறேன்னு போனியாமில்லா? ... சினிமாவுக்குப் போறதா இருந்தா சொல்லிட்டுப் போவக் கூடாதாப்பா? ஒன்னெத் தேடிக்கிட்டிருக்கா வீட்ல...'

'சரி ... சரி ... அப்ப போயி தலையக் காட்டிட்டு வந்து சேருய்யா... சங்கரன் பிள்ளை வீட்டுல பழைய நாப்பதாம் ஆண்டு

மாதிரி, பிள்ளையக் காணோமுன்னு தேடுதாங்க பாருங்களேன். தாமிரவருணியில தண்ணி பெருகி ஓடுனாலும், நீந்தி வார வயசாச்சே...'

'இந்தா வந்திருதேன்...' என்று சொல்லிவிட்டுப் புறப்பட்டான். வீட்டிற்கு வந்தபிறகு, சௌந்திரம் வீட்டுக்குப் போனது முதல் எல்லாவற்றையும் சொல்லி முடித்துவிட்டுப் படுக்கத்தான் தோன்றியது. சிவகாமி அக்கா, 'செட்டியார் கடைக்குப் பனிக்குள் போக வேண்டாம்' என்று ஞாபகமாகவே சொல்லிவிட்டாள். அவள் சொன்னதை மீற முடியுமா என்ன?

3

அன்று வாசல் தெளிக்கிற சத்தம் கேட்டுத்தான் விழித்துக்கொண்டான். சிவகாமி அக்காதான் தெளித்துக்கொண்டிருந்தாள். அவளைத் தவிர வேறே யாருக்கும் இதுபோலத் தெளிக்க வராது. பூவாரு ஆச்சி முன்னால் வாசல் தெளித்துக்கொண்டிருந்தாள். அம்மாகூட எப்போதாவது வாசல் தெளிக்கிறதுண்டு. அம்மா வாசல் தெளிப்பதில் எப்போதும் ஒரு எரிச்சல் தெரியும். பூவாரு ஆச்சி, வயதின் காரணமாகவோ என்னவோ, மெதுவாகவே தெளிப்பாள். ஆனால் சிவகாமி அக்கா தெளிக்கிறதில், எல்லோருக்கும் வேண்டிய பெண் தெளிக்கிற சந்தோஷம் இருக்கும். அவளும் எல்லாப் பெண்களையும் போல தண்ணீரைக் கையில் அள்ளித்தான் தெளிக்கிறாள். ஆனாலும் அந்தத் தண்ணீர் கீழே விழுகிறபோது கேட்கிற சத்தம், எல்லோருக்கும் விருப்பமான சத்தமாக இருக்கிறது. இன்னும் கொஞ்ச நேரம் அவள் வாசல் தெளிக்கமாட்டாளா என்று ஆசைப் பட்டான் பாப்பையா.

கையில் சருவச் சட்டியைத் தூக்கிக்கொண்டு வீட்டுக்குள் போகும்போது, தார்சாவில் படுத்திருந்த பாப்பையாவின் படுக்கைக்குப் பக்கத்தில் வந்து நின்றுகொண்டாள். தண்ணீர் தெளித்ததில் மண்ணும் தண்ணீரும் சேர்ந்து அவள் பாதமெல்லாம் பட்டிருந்ததைப் படுக்கையில் படுத்திருந்தபடியே பார்த்தான். மீனாதான் காலையிலே குளிக்கிறவள். அவள்தான் இன்றைக்கும் குளித்துக்கொண்டிருக்கிறாளா? கொசுவத்தை மேலே தூக்கி இடுப்பில் சொருகியிருந்தும்கூட, சேலையும் சந்தனக் கலர் கைத்தறி உள்பாவாடையும் நனைந்திருந்தது. நனைந்திருந்த கால் விரல்களில் போட்டிருந்த அலுமினிய மெட்டி பார்க்கிறதுக்கு ரொம்பவும் அழகாக இருந்தது.

தம்பி விழித்திருக்கிறான் என்று தெரிந்ததும், வலது கைத் தண்ணீரை அவன் மேல் உதறிவிட்டுச் சிரித்தாள் சிவகாமி. அவன் கோபப்படவில்லை. அவள் அப்படி தண்ணீரை மேலே உதறினது அவனுக்கு ரொம்பவும் பிரியமாக இருந்தது. 'எந்திரிக்கலையா நீ? இன்னிக்கு இண்டர்வியூ இருக்குன்னு சொன்னியே? நேரமாச்சு... எந்திரி', என்று சொல்லிக்கொண்டே வீட்டுக்குள் சென்றுவிட்டாள்.

வஸந்தா அத்தை வீட்டில் அத்தையுடைய கடைசிக் குழந்தை அழுதுகொண்டிருந்தது. வஸந்தா அத்தை சமாதானப் படுத்திக் கொண்டிருந்தாள். தெரு பம்பில், யாராவது சின்னப் பிள்ளையாக இருக்கும், குதித்துக் குதித்துப் பம்ப் அடித்துக் கொண்டிருந்த சத்தம் கேட்டது. மச்சு வீட்டு அங்கணத்தில் யாரோ குளித்துக்கொண்டிருந்தார்கள். இவ்வளவு காலையில் மச்சுவீட்டில் குளிக்கிறது யாரென்று நினைத்துப் பார்த்தான். மீனாதான் குளித்துக்கொண்டிருந்தது என்றால், அன்றைக்கு இண்டர்வியூவில் செலக்ட் ஆகிவிடும் என்று நினைத்தான். இது அவனுக்கு வழக்கம். சம்பந்தா சம்பந்தமில்லாமல் வேறுவேறு விஷயங்களை இணைத்துப் பார்த்து, பரீட்சைசெய்துகொள்வான்.

எப்படியும் சேலையைக் காயப்போட மீனா கீழேதான் வர வேண்டும். அப்போது மீனாவைக் கேட்டுவிட்டே படுக்கையை விட்டு எழுந்திருப்பது என்று முடிவுசெய்தான். ஒருவேளை மீனா முதலிலேயே குளித்துவிட்டு இப்போதுதான் சேலையைக் காயப் போட வந்தாலும் வரலாம். இதை நினைக்கவே மனத்துக்குக் கஷ்டமாக இருந்தது. இப்போது குளிக்கிற ஆளுக்கு முன்னாலேயே குளித்திருப்பாள் என்ற யோசனை வந்ததும், அவனுக்கு மேலும் யோசித்துப் பார்க்கப் பயமாக இருந்தது. அவசர அவசரமாகப் படுக்கையைச் சுற்ற ஆரம்பித்தான். ஒரு கையினால் இடுப்புச் சாரத்தைப் பிடித்துக்கொண்டேபோய், அசையில் படுக்கையை எறிந்தான். படுக்கை மேலே இருந்து கீழே விழுந்தது. அதை எடுத்துத் திரும்பவும் அசைபோட மனம் இல்லாமல் அடுப்படிக்குப் போனான். காபி போட்டுக் கொண்டிருந்த அம்மாவுக்கு முன்னால் உட்கார்ந்துகொண்டான். அம்மா அடுப்பில் விறகைத் தள்ளிவிட்டு அவனைப் பார்க்கத் திரும்பினாள். இடுப்பில் அவன் அணிந்திருந்த ஜட்டியை விடவும் மேலே உடுத்தியிருந்த சாரம் ரொம்பவும் கீழே இறங்கிக் கிடந்தது. வெறும் மார்பில் மார்புக் குழியிலிருந்து நேர் கீழே அவனுடைய தொப்புள்வரை அடர்த்தியாக வளர்ந்திருந்த மயிரைப் பார்த்து, அவள் மனசில் இனம்புரியாத சந்தோஷம் ஓடி மறைந்தது. புறவாசலில் சிவகாமி ஏனம் கழுவிக்கொண் டிருந்தாள்.

‘ஏய்! இன்னைக்கி எங்கேயோ ஆபீஸ்ல இண்டர்வியூக்கு வரச் சொல்லியிருக்காங்கன்னு சொன்னியே? பல்லைத் தேயேன்!’ என்று அம்மா சொன்னாள்.

‘... நான் அப்பயே சொல்லியாச்சு அம்மா ... சீக்கிரமா குளிச்சிட்டுப் பொறப்படுன்னு...’ – பாத்திரத்தைத் தேய்த்துக் கொண்டே சிவகாமி அக்கா சொன்னாள். இது எத்தனாவது இண்டர்வியூ என்று ஞாபகப்படுத்திப் பார்த்தான். முதல் இண்டர்வியூவுக்குப் போனபோது எவ்வளவு சந்தோஷமாக இருந்தது. அது இரண்டு வருஷங்களுக்கு முன்னால் நடந்த ஒரு பழைய விஷயம். சந்தோஷப்பட அப்போது அருகில் அக்காகூட இல்லை. அக்கா மாமா வீட்டுக்குப் போய் இருந்தாள்.

இண்டர்வியூவில் முடிவைச் சொல்லிவிடவில்லை யாரும். ஆனாலும், வேலை கிடைத்த சந்தோஷம் வந்துவிட்டது. இதற்கு யார் காரணம்? ஒருவன் காரணமாக இருந்தான். அவனிருந்தால் இன்றும்கூட சந்தோஷமாகத்தான் இருக்கும்.

கணேசன் இப்போது நானூறு மைல்களுக்கும் அப்பால் இருக்கிறான். போன வாரம்கூட தபால் போட்டிருக்கிறான். கடிதம் பூராவும் இவனைப் பற்றியே கேட்டு விசாரித்து எழுதியிருந்தான். பல தடவை இவனை மெட்ராஸுக்குக் கூப்பிட்டு எழுதியிருக்கிறான். இந்தத் தடவை கடைசியாக வந்த லெட்டரிலும் இப்படி எழுதியிருக்கிறான். ‘பாப்பையா நீ என்னோட வந்து இரு. எப்படியும் இங்கே வேலை பார்த்து விடலாம். தைரியமாக வா’ என்று எழுதியிருந்தான். ஒவ்வொரு தடவையும் இப்படியேதான் எழுதுகிறான்.

அந்த முதலாவது இண்டர்வியூவில் கணேசனுக்கும் வேலை கிடைக்கவில்லை. இப்போது மெட்ராஸில் பார்க்கிற வேலைக்கு எப்படியோ தன் மாமாவுடைய சிபாரிசில் போய்ச் சேர்ந்தான். இண்டர்வியூவுக்குப் போகும்போதெல்லாம் கணேசனுடைய ஞாபகம் வருகிறது. ஒவ்வொரு இண்டர்வியூவுக்குப் போகிற போதும் அவன் திடீரென்று எதிரே வந்து நிற்கமாட்டானா என்று இருக்கும்.

கணேசன் இன்றைக்கு வந்தால் இந்த வேலை கிடைத்து விடும் என்று தோன்றியது. தொடர்ந்து திரும்பவும் மீனாவுடைய ஞாபகம் வந்தது. மீனா புடவையைக் காயப்போடக் கீழே வந்திருப்பாளா? ஒருவேளை, அப்போது குளித்தது மீனாவாகவே இருந்தாலும் இருக்கலாம்...

கழுவின பாத்திரங்களைத் தண்டை மரத்தில் அடுக்கி வைத்துக்கொண்டிருந்தாள் சிவகாமி. அவள் நாலைந்து

பாத்திரங்களாகக் கொண்டுபோய் அடுக்கிவைத்துவிட்டுத் திரும்பவும் புறவாசலில் போய்ப் பாத்திரங்களை எடுக்கப் போகிறபோது, அவள் கல்யாணமானவளைப் போல் தோற்றம் தந்தாள். வீட்டின் உள்ளே அத்தான் படுத்துக்கொண்டிருக்கிறது போலவும், ஊரிலிருந்து வந்திருக்கிற அக்கா அம்மாவுக்கு ஒத்தாசை செய்கிறது போலுமிருந்தது. அத்தானோடு அக்கா வாழ்க்கை நடத்தும்போது அக்காவுடைய முகம் இப்படித்தான் இருக்கும் என்று தோன்றிற்று. எழுந்திருந்து தானும் சில பாத்திரங்களை அவளோடு எடுத்துவைக்கவேண்டும் என்று ஆசைப்பட்டான்.

இன்றைக்கு ஒரு சந்தோஷம். அநேகமாக அதுவரை உள்ளூர் இண்டர்வியூவுக்குப் போகும்போதெல்லாம், ஆபீஸுக்குப் போகிற அக்காவோடுதான் சேர்ந்து போயிருக்கிறான். இன்றைக்கும் சேர்ந்துதான் போகவேண்டும். அக்காவும் இவனுமாக ரோட்டில் சேர்ந்துபோய் எவ்வளவு நாளாகிவிட்டது? இந்த ஞாபகம் வந்ததும் அவசரமாக எழுந்தான்.

அவன் எழுந்து நிற்கவும், சிவகாமி பல்பொடிப் பாக்கெட்டைக் கொண்டு வந்தாள். விரித்த உள்ளங்கையில் சிவகாமி பல்பொடியைத் தட்டினாள். பல்பொடி கையில் குவியக் குவியக் குதூகலமாக இருந்தது. பாப்பையா புறவாசலுக்குப் போய் நின்றுகொண்டு பல் தேய்க்க ஆரம்பித்தான். பல்தேய்க்கும் போது அநேகமாக அண்ணாந்துகொண்டுதான் பல் தேய்ப்பான் அண்ணாந்து பார்த்தபோது மச்சுவீட்டு அடுப்படி ஜன்னலில் மீனாவுடைய முகம் தெரிந்தது. இவனைப் பார்த்துச் சிரித்தாள்.

'என்ன, அண்ணன் காலம்பரவே எந்திரிச்சிட்டாப்பல இருக்கே? ... இன்னைக்கித்தான இண்டர்வியூ?' என்று ஜன்னல் கம்பிகளைப் பிடித்துக்கொண்டு கேட்டாள் மீனா. எச்சிலை விழுங்காமல் வாயில் வைத்துக்கொண்டே, 'ஆமா! இன்னைக்கித்தான்!' என்று, ஒரு அடங்கின குரலில் பதில் சொல்லிவிட்டு எச்சிலைத் துப்பினான். மீனா அதைக் கேட்டாளோ என்னவோ? உள்ளே சென்றுவிட்டாள்.

அவனும் சிவகாமியும் இண்டர்வியூவுக்குப் புறப்படுகிற போதுதான் சங்கரன் பிள்ளை நடைவாசலுக்குள் நுழைந்தார். அம்மா கேட்டது எதற்கோ பதில் சொல்லிவிட்டு, அறை வீட்டுக்குள் புடைவை மாற்றிக்கொள்வதற்காக சிவகாமி திரும்பியபோது, அப்பா வராந்தாவில் செருப்பைக் கழற்றிப் போடுகிறதைப் பார்த்தாள். ஒரு க்ஷண நேரம் அவள் தயங்கிவிட்டு, சட்டென்று அறை வீட்டுக்குள் புடைவையை மாற்றுவதற்காகச் சென்றுவிட்டாள்.

4

அறைவீடு பூராவும் துணிமணிகளும் பழைய டிரங்குப் பெட்டிகளுமாகத்தான் கிடக்கும். அவற்றையெல்லாம் சிவகாமி எத்தனையோ தடவை ஒதுங்கவைத்துப் பார்த்துவிட்டாள். மறுநாளே எல்லாம் பழையபடியே ஆகிவிடும். இருட்டும் துணிகளும் கலந்தால் அதுபோலவொரு மணம் உண்டாகிவிடும்தானா? ஒவ்வொரு நேரத்தில் ஒவ்வொரு மாதிரியாக அந்த மணம் மாறுகிறதெப்படி? சிவகாமியின் உடைகளுக்கும் அவளுடைய அம்மாவின் உடைகளுக்கும் வேறு வேறான மணங்களை ஏற்படுத்தியது யார்? சிவகாமியின் உடைகளில் இளம் எலுமிச்சை வாடையும் அவளுடைய அம்மாவின் உடைகளில் பாசிப் பருப்பை வறுத்த மணமும் இருந்தன. இத்தனைக்கும் இரண்டுபேருமே பெண்கள்தான்.

பட்டக சாலைக்குள் சங்கரன் பிள்ளை வந்தபோது பாப்பையா கண்ணாடி முன்னால் நின்று தலையை வாரிக்கொண்டிருந்தான். அவனுக்கும் அப்பாவின் செருப்புச் சத்தமும், அவர் செருப்பை வராந்தா நடையில் கழற்றிப் போட்ட சத்தமும் கேட்டது. ஆனாலும் அவன் அதையெல்லாம் கவனித்ததாகவே காட்டிக்கொள்ளவில்லை. பட்டக சாலைக்குள் அவர் நுழைந்தபோது, அவருடைய பிம்பம்கூட கண்ணாடியில் தெரிந்தது.

அவரே ஸ்டூலை இழுத்துச் சுவரோரமாகப் போட்டுக்கொண்டு உட்கார்ந்தார். உட்கார்ந்தவாறே மல்ஜிப்பாவைக் கழற்ற ஆரம்பித்தார்.

'என்னடே பாப்பையா? . . . எங்கயாவது வெளியில் போறீயா?' என்று கேட்டுக்கொண்டே ஸ்டூலில் இருந்தபடியே தலைக்கு மேலே இருந்த ஆணியில் சட்டையைப் போட்டார்.

‘ஆமா… இன்னைக்கு எனக்கு ஒரு இண்டர்வியூ இருக்கு…’ என்று சொல்லிவிட்டுச் சீப்பைக் கண்ணாடி ஆணியில் மாட்டினான். அவரைப் பாராதவன் மாதிரியே அறை வீட்டுக்குள் நுழைந்தான்.

‘நேத்து நீ வந்திருந்தேன்னு சௌந்திரம் சொன்னா… மரகதம்… காபி இருந்தா கொண்டாயேன்’ என்று சொல்லி விட்டுத் தரையில் கிடந்த தினமலர் பேப்பரை எடுத்துப் படிக்க ஆரம்பித்தார்.

அறை வீட்டுக்குள் பாப்பையா வந்ததும் சிவகாமி, பேருக்குச் சுவரோரமாகத் திரும்பிக்கொண்டாள். கொடியில் கிடந்த சட்டையை எடுத்துக்கொண்டே அவளைப் பார்க்கத் திரும்பி, ‘அப்பா வந்திருக்கா…’ என்றான். ‘தெரியுமே…’ என்று சொல்லிவிட்டு, உதடுகளைக் கடித்துக்கொண்டு குனிந்த நிலையில் தனது ஜாக்கெட் பட்டிகளை இணைத்துக் கோப்பதில் ஈடுபட்டிருந்தாள் சிவகாமி.

பாப்பையா சட்டையைப் போட்டுக்கொண்டே அடுக்களைக்குச் சென்று அம்மாவிடம் பணம் கேட்டான். மரகதம் இரண்டு மூன்று டப்பாக்களைத் திறந்து திறந்து மூடிவைத்துவிட்டு, ‘அக்காக்கிட்டே நேத்துத்தான் பத்து ரூபா குடுத்தேன். அதை வாங்கிக்கோ… உனக்கு எவ்வளவு வேணும்?’

அவள் கேட்டதுக்கு அவன் உடனே பதில் சொல்ல வில்லை. புறவாசல் பக்கம் ஏதோ யோசனையாகப் பார்த்துக் கொண்டிருந்தான். புறவாசல் பூராவுமே ஈரமாகிக் கிடந்தது. அங்கணத்தையொட்டி ஒரே ஒரு பித்தளைச் செம்பு இருந்தது. சங்கரன் பிள்ளைக்குக் காபி கலந்துகொண்டிருந்த மரகதம், அவனிடமிருந்து சத்தத்தையே காணோமே என்று திரும்பிப் பார்த்தாள்.

‘என்னடா யோசிச்சுக்கிட்டிருக்கே?’

‘ஒண்ணுமில்லம்மா…’ என்று சொல்லிவிட்டுப் பட்டக சாலையைப் பார்க்க நடந்தான். அவன் பின்னாலேயே மரகதம் எவர்சில்வர் டம்ளரைத் தூக்கிக்கொண்டு வந்தாள். பாப்பையாவுக்கு அப்பாவை அந்த நேரத்தில் பார்த்தது கொஞ்சமும் மனசுக்குப் பிடிக்கவில்லை. திரும்பவும் அறைவீட்டுக்குள்ளேயே புகுந்துகொண்டான். சிவகாமி அவனை ஆச்சரியத்தோடு பார்த்தாள். அவள் அநேகமாகப் புறப்படத் தயாராகி விட்டாள். தன்னுடைய பெட்டியிலிருந்து பர்ஸை எடுத்துக்கொண்டிருந்தாள். ‘அம்மா உங்கிட்டே பணம் வாங்கிக்கிடச் சொன்னா…’

திறந்திருந்த பெட்டி மூடியை ஒரு கையால் பிடித்துக் கொண்டே பாப்பையாவைக் கூர்ந்து பார்த்தாள்.

'நீ எதுக்கு அம்மாகிட்டே போய்ப் பணம் கேட்டே?... எங்கிட்டே கேட்டா தரமாட்டேனா?... சரி... சரி... வா... நேரமாச்சு...' என்று சொல்லிவிட்டுப் பெட்டியை மூடிக்கொண்டே எழுந்தாள்.

அவனுக்கு முன்பாக சிவகாமிதான் அறைவீட்டைவிட்டு வெளியே வந்தாள். சங்கரன் பிள்ளை இன்னும் பேப்பர்தான் பார்த்துக்கொண்டிருந்தார். அவருக்குக் கீழே காலடியில் காபி டம்ளர் இருந்தது. மாடி வீட்டுக் கண்ணன் இருமிக்கொண்டே சைக்கிளைத் தள்ளிக்கொண்டுவந்து, முற்றத்தில் வஸந்தா அத்தை வீட்டுச் சுவரோரமாகச் சாற்றிவிட்டு, சைக்கிள் ஹாண்ட் பாரைப் பிடித்துக்கொண்டே கொஞ்ச நேரம் இருமினான். அப்பாவிடம் ஏதோ சொல்ல வந்த சிவகாமி அப்படியே அவனைப் பார்த்தவாறு நின்றுவிட்டாள். சங்கரன் பிள்ளையும் பேப்பர் படிப்பதை நிறுத்திவிட்டு அவனைப் பார்த்தார். வஸந்தா அத்தை வீட்டுக்குள்ளிருந்து கணேச மாமா குழந்தையைத் தூக்கிக்கொண்டே வெளியே வந்தார்.

'ஏய்... அந்தாப்பல அந்தத் திண்ணையில உக்காரம்பா...' என்று கண்ணனைப் பார்த்துச் சொல்லிவிட்டு எதிர்ப்புறம் திரும்பி, மாடியைப் பார்த்து, 'ஏய்... மீனா... பத்பனாதா... இங்கே கண்ணன் ஒரு படியா வாரான்... சூடா ஏதாவது கொண்டாங்க... ஏ... வஸந்தா...! காபி வச்சிருக்கியா...' என்று தன் வீட்டைப் பார்த்துக் குரல் கொடுத்தார்.

கண்ணன் திண்ணையில் சுவரோடு சுவராகச் சாய்ந்து உட்கார்ந்துகொண்டு, முழங்கால்களுக்குள் முகத்தைப் புதைத்துக் கொண்டு முனங்கினான். சங்கரன் பிள்ளை காபி டம்ளரை எடுத்துக்கொண்டு முற்றத்திற்குப் போனார். அவர் பின்னால் சிவகாமியும் அவசர அவசரமாகப் போனாள். பாப்பையாவும் மரகதமும் அங்கே போவதா வேண்டாமா என்கிறதுபோல் பாதி வராந்தாவரை சென்றவர்கள், நின்றுவிட்டார்கள்.

எதுவும் புதுசில்லை. ஆறு வருஷமாக இது நடக்கிறது. கண்ணனுக்கு நேரே மூத்த பெண் ஒருத்தி இருந்தாள். பிள்ளைமார்கள் வீட்டில் அதுமாதிரி லட்சணமான பெண்களைப் பார்க்கவே முடியாது. ரொம்பக் கெட்டிக்காரியும்கூட. எல்லா பிள்ளைமார் வீட்டுப் பெண்களையும்போலத்தான் பெரிய பத்து படித்துவிட்டு டைப்ரைட்டிங் படிக்கப் போனாள். அவளை காலேஜ் வரைகூடப் படிக்க வைத்திருக்கலாம்.

கம்பா நதி ஐ 27 ஞ

வீட்டில் வசதியில்லாமல் போய்விட்டது. நடராஜ பிள்ளைக்குத் தொண்டர் சன்னிதியில் மூப்பனார் கடையில் கணக்கு வேலைதான் கிடைத்தது. நடராஜ பிள்ளையின் தகப்பனார் சுத்தமல்லியில் இருந்த கொஞ்ச நஞ்சத்தையும் நாடகக்காரி களிடம் கொடுத்துத் தோற்றுப்போய், திருச்செந்தூர் சத்திரத்தில் நாதியில்லாமல் செத்துக்கிடந்தார். நடராஜ பிள்ளை மூப்பனார் கடையில் பதினோராவது வயதிலேயே எடுபிடி ஆளாகச் சேர்ந்துவிட்டார். மூப்பனார் கடையில் முத்தையா மூப்பனாருக்கு அடுத்த ஸ்தானம் கணக்குப் பிள்ளைதான். இதற்கும் மேல் உத்தியோக உயர்வு என்பது கற்பனை பண்ணிக்கூடப் பார்க்க முடியாத விஷயம். நடராஜ பிள்ளைக்கு இந்த மேலான பதவி கிடைத்ததே பெரிய சம்பவம்தான்.

இந்த வீட்டுப் பெண்ணாகப் பிறந்த பிறகு எவ்வளவு லட்சணமும் அறிவும் இருந்துதான் என்ன செய்ய முடியும்? நிர்மலாவுக்கு உயர்ந்தபட்சப் படிப்பாகக் கிடைத்தது எஸ்.எஸ்.எல்.சி.தான். டைப்ரைட்டிங் படிக்கப் போன இடத்தில் முனிஸிபாலிட்டி சேர்மனின் அக்கா மகனுக்கும் – அவன் முஸல்மான் – இந்த பெண்ணுக்கும் தொடர்பு ஏற்பட்டுப் போய்விட்டது. மாடிவீட்டு அம்மாள் காதில் இந்த விஷயம் விழுந்த அன்றே நிர்மலாவைக் கை, கால்களைக் கட்டிப்போட்டு அடித்து உதைத்தான்.

நடராஜ பிள்ளை அன்று இரவு வீட்டுக்கு வந்ததும். இதைப் பற்றி மேலெழுந்தவாரியாகக் கேட்டார். நடக்கிறது எதையும் நம்மால் தடுத்துவிட முடியாது என்பது அவருடைய பலமான நம்பிக்கை. 'முருகா எல்லாம் உன் செயல்' என்று நெற்றியில் விபூதியைப் பூசிவிட்டுப் படுத்துக்கொண்டார் அன்று இரவு அவர் சாப்பிடவில்லை; அவ்வளவுதான் அவரால் முடிந்தது.

அந்தச் சம்பவம் நடந்த மூன்றாவது நாளே காலை, தெரு பம்புக்குத் தண்ணீர் எடுக்கப்போன நிர்மலாவைக் காண வில்லை. அந்த முஸ்லிம் பையனோடு வாழப் போய்விட்டாள். ஊரில் இந்தச் சம்பவத்திற்காக ஒன்றும் நடந்துவிடவில்லை. வழக்கம்போல மார்க்கெட்டுக்கு லோடு ஏற்றிக்கொண்டு வருகிற லாரிகளால் மார்க்கெட்டைச் சுற்றியிருக்கிற தெருக்களில் பெருத்த இடைஞ்சல் ஏற்பட்டது. வாழைக்காய் ஏலத்தின்போது, அறுந்துபோன குரலில் நயினார் பிள்ளை ஏலம் சொல்லிக் கொண்டிருந்தார். அவன் பெரிய இடத்துப் பையன். தி.மு.க.வில் அவனுடைய மாமன் ஒரு பெரிய புள்ளி. நடராஜ பிள்ளை அன்று மட்டும் வெளியே எங்கும் போகவில்லை. பத்மனாபனிடம் கடையில் போய்ச் சொல்லிவிட்டு வரச் சொன்னார். மறுநாளே,

அதிகாலை நான்குமணிக்கெல்லாம் எப்போதும் போல பித்தளைக் கூஜாவைத் தூக்கிக்கொண்டு 'முருகா எல்லாம் உன் செயல்' என்று சொல்லிக்கொண்டே மாடிப் படியிறங்கிக் குறுக்குத்துறை ஆற்றுக்குப் புறப்பட்டுவிட்டார்.

இந்தப் பையன் கண்ணன், பள்ளிக்கூடத்துக்குப் போனவனிடம், ஈஸ்வரத்தேவரின் மகன் செல்லப்பாவும் சில பையன்களும் சேர்ந்துகொண்டு, கேலி செய்தார்கள். கண்ணன் கொஞ்சம் சுபாவமானவன் என்றாலும், மானஸ்தன். நார்க்கட்டிலுக்கு அடிப்பதற்கு வாங்கிவைத்திருந்த பைரோன் மூட்டைப் பூச்சி மருந்தை எடுத்துக் குடித்து, ஆஸ்பத்திரியில் நாலைந்து நாட்கள் கிடந்தான். அதிலிருந்தே அவனுக்கு உடம்புக்கு ரொம்பவும் முடியாமல் பலவீனமாகிவிட்டது. யாரோடும் அதிகம் பேசாதவனாகிப் போனான்.

நடராஜ பிள்ளைக்கு, பிரளயமே வந்து அவருடைய மச்சு வீடு அழிந்து போனாலும் சரி, மூப்பனார் கடை வேலைதான் எப்போதும் முக்கியமானது. கடையில் அவர் உட்கார்ந்து கணக்கெழுதுகிற சாய்வு மேஜையின் கால்களைப் பாதிக்கு மேல் தேய்த்துவிட்டவர் நடராஜ பிள்ளையென்பதற்காக, நடராஜ பிள்ளையின் சம்பளத்தில் மாதந்தோறும் அந்தக் கால்களின் தேய்மானத்தைச் சரிக்கட்ட பத்துப் பத்து ரூபாய் முதலாளி பிடித்துக்கொள்கிறார் என்று வேணு செட்டியார்தான் அவரைக் கேலி செய்வார். இரவு ஏமம் சாமத்தில் கடையடைத்துவிட்டுப் பிள்ளைகளுக்கு ஏதாவது காரப் பொட்டலம் வாங்கிக்கொண்டு திரும்புகிறபோது, வழியில் வேணு செட்டியார் கடையில் கூட்டமில்லாமல் இருந்தால் அவரிடம் கொஞ்சம் நேரம் நின்று, ஒரு நாலு வார்த்தையாவது அவர் வாயால் இவரைக் கேலி செய்வதைக் கேட்டால்தான் நிம்மதி.

அந்தச் சம்பவத்திற்குப் பிறகு கண்ணன் விட்டேற்றியாக அலைந்தான். பிள்ளைமார் வீட்டுப் பிள்ளைகளின் அரிய ஞானத் திறவுகோலான எஸ்.எஸ்.எல்.சி. சர்ட்டிபிகேட் புஸ்தகமும் கைக்குக் கிடைத்துவிட்டது. எஸ்.எஸ்.எல்.சி. பரீட்சைக்குப் போவதற்கும் முன்பே அவனுக்கு லேசாக இருமல் மாதிரி இருந்தது. நடராஜ பிள்ளை வீட்டின் அத்தனை அன்றாட வில்லங்க வியாஜ்ஜியங்களுக்கும் மத்தியில், கண்ணனுக்கு டி.பி. இருக்கிற விஷயம் ஒரு மூன்று மாதங்களுக்குப் பிறகுதான் குடும்பத்தின் எல்லா நபர்களுக்கும் தெரிய வந்தது. உடனடியாக என்று இல்லாமல் போனாலும், ஒரு நான்கைந்து தினங்களில் வேலையோடு வேலையாக அவனுக்கு நாட்டு மருந்துகள் தரப்பட்டன.

அது சர்வ வல்லமை மிக்கதுதானோ என்னவோ? மருந்து களைத் தின்றுவிட்டு அவ்வப்போது லேசாகப் பதுங்கிக்கொண்டு திரும்பவும் எப்போதாவது தலைகாட்டியது. ஆனால் ஒரு விஷயம். முற்றம் தெளிக்கிற பூவாரு ஆச்சி, இந்த நோயைப் பற்றி அவ்வப்போது மச்சு வீட்டு அம்மாவிடமும், எப்போதாவது அகஸ்துமாஸ்தாகக் கண்ணில்படுகிற நடராஜ பிள்ளையிடமும் தெரிவித்து வந்தாள். கண்ணனின் தம்பி, தங்கைகளான பத்மனாபன், மீனா, காந்திமதி, லோகுவிடமும்கூட கண்ணனை அவர்கள் சரியாகப் பார்ப்பதில்லை என்று ஆற்றாமைப்படுவாள். தவிரவும், தான் வேலை செய்கிற இடங்களில், தான் பிரஸ்தாபிக்கிற பல ஸ்தல புராண, தனிமனித மகிமைகளுக்கு நடுவே, இந்த ஒரு விஷயத்தையும், 'ஏளா, அந்த மச்சுவீட்டு நடராஜ பிள்ளை வீட்டுல அந்த மூத்த பயலைக் கவனிக்கவே மாட்டங்காஹம்மா! இப்படியும் ஊர்ல உண்டுமாம்மா' என்று மூக்கில் ஆள்காட்டி விரலைப் பதித்து, கண்களை அகல விரித்து அந்த விஷயத்துக்கு மேலும் மேலும் மெருகு ஏற்றித் திரிந்தாள்.

வியாதி முற்றிய ஸ்திதியில் சங்கரன் பிள்ளை, கணேச மாமா எல்லோருமாக அவனை ஹைகிரவுண்டு ஆஸ்பத்திரிக்குத் தூக்கிக்கொண்டு போய் ஒரு மாதம் படுக்கையில் அட்மிட் செய்துவிட்டு வந்தார்கள்.

கண்ணனுடைய அம்மா இந்தத் தொல்லைக்கு முண்டா கொடுத்து நிற்கமாட்டாதவளாய் – ஏற்கெனவே அவனைப் பார்க்க வீட்டிலிருந்து ஆஸ்பத்திரிக்குக் கிளம்பினால் மூன்றாம் நம்பர் பஸ்ஸில் தடியர்களோடு தடித்தனமாக இடித்துக்கொண்டு நிற்க நேரிடுகிறது என்று – சில நாட்களிலேயே அவனை அழைத்து வந்துவிட்டாள். நோயும் பரவாயில்லைபோலத் தோற்றம் தந்தது. மேலும் டாக்டர்கள் ஒரு பிளாஸ்டிக் பை நிறைய மாத்திரை களைக் கொடுத்தனுப்பியிருந்ததால், அதைச் சாப்பிட்டு வந்தால் எல்லாம் சரியாகிவிடும் என்றிருந்தார்கள்.

நடராஜ பிள்ளை வீட்டில், ஒழுங்காக மாத்திரை சாப்பிடுவது என்கிற சிறு விஷயம்கூட சமுத்திரத்தில் கரைத்த பெருங்காயத்தின் நிலையைத்தான் அடையும். அந்த வருஷம் வெள்ளையடிக்கிறபோது ஒழித்த சாமான்களில் இந்த பிளாஸ்டிக் பொட்டலமும் ஒன்றாக இருந்தது. அதைப் பார்த்தவள் அவனுடைய தாயார்தான். அவளைக் குற்றம் சொல்லவும் கூடாது. அங்கே இருக்கிற நிலை அப்படி. எந்தப் பெண்ணும் அந்த மச்சு வீட்டுக் குடித்தனத்திற்குள் இப்படித்தான் ஆவாள்.

நல்லவேளையாக மனித வாழ்க்கை அசையாத ஒன்றாக இல்லை. எப்படியோ ஆச்சரியப்படுகிற விதமாய் அது நகரத்

தெரிந்து வைத்திருக்கிறது. இது ஒரு பெரிய விஷயம்தான். நடராஜ பிள்ளையின் ஸ்நேகிதரான ஆஸ்டின் பிள்ளை அந்த வருஷம் முன்சிபல் எலெக்ஷனில் நின்று சேர்மனாகவும் ஆகிவிட்டார். அவரிடம் நடையாக நடந்து கண்ணனுக்குப் பில் கலெக்டர் வேலையை வாங்கிக்கொடுத்துவிட்டு, அதைப் பற்றி ரெண்டு மூன்று நாட்கள் வரை வேணு செட்டியார் முதல், மில்லில் லோடு ஏற்றுகிற சொள்ளமுத்து வரைக்கும் சந்தோஷமாகப் பேசிப் பகிர்ந்துகொண்டார். பின்னே, அதுதான் எவ்வளவு பெரிய சம்பவம். முனிஸிபாலிட்டியில் பில் கலெக்டர் வேலையென்றால் லேசான ஒன்றா என்ன?

அப்போது, சகாயம் தவணைமுறைக் கடை தெப்பக்குளத்துக்கு எதிரே வந்து கொஞ்ச காலம்தான் இருக்கும். அதற்கு முன்னால் அந்த இடத்தில் கோவில்பட்டி சண்முகம் பிள்ளையின் இட்லிக் கடை இருந்தது. சாயந்திரம் ஆறரை, ஏழு மணிக்குத்தான் சண்முகம் பிள்ளை அடுப்பைப் பற்ற வைப்பார். கடையின் ஒரு பகுதி அந்தப்புரம் போல் ஈச்சம் தட்டியை வைத்துத் தடுத்துப் பிரிக்கப்பட்டிருக்கும். போக வரக் கதவு வசதியும் இருந்தது.

'ஏ கட்ட மண்ணாப் போவாரே! யாராவது மார்க்கெட்டுக்குப் பச்சை மிளகா வாங்கப் போயிட்டு வாங்களேன்... ஏந் தொண்டத் தண்ணிய வாங்குதேளே ... யாரு ... செல்லையாவா ... ஏடே, நீ நல்ல நேரத்துல வந்த ... திருச்செந்தூர் கோவிலுக்குச் சாமி கும்பிடப் போகையில் பஸ்ஸைவிட்டு எறங்கினதுமே போத்தியப் பாத்த மாதிரி வந்திருக்கியே... ஒரு அஞ்சல்ல இந்த மார்க்கெட்ல போயி ஒரு எரநூறு பச்ச மிளகா வாங்கிட்டு வாயேன் ... நீ வர்றதுக்குள்ள இட்லி ரெடியாயிடும் ... இந்தப் பிள்ளையளப் பெத்ததவிட நான் களுந்து ஒலக்கையைப் பெத்துருந்தாக்கூட புண்ணாக்கு இடிக்கதுக்காவது ஒதவும் ... யய்யா ... ஒரு எட்டுல போயிட்டு வந்துறேன் ...' என்று கெஞ்சிக்கொண்டிருப்பார்.

கடைக்குச் சாப்பிட வருகிறவர்களையே சாமான் வாங்கி வரச் சொல்லுகிற அவருடைய சாமர்த்தியம் வெகுகாலத்துக்கு எடுபடவில்லை . 'விக்கிறவனும் வாங்குறவனும் ஆவிச் சேர்த்துக் கட்டியிரப்படாது. கொஞ்சம் தள்ளி நின்னாத்தான் ரெண்டு பேருக்குமே மரியாதி ...' என்கிற முத்தையா மூப்பனாரின் வியாபார உலகத் தத்துவம் சண்முகம் பிள்ளையின் விஷயத்தில் நிஜமாகிவிட்டது.

சகாயம் தவணை முறைக் கடையை நடத்தி வந்த டி.ஆர்.ஆர். லூர்து பிரெடரிக் மச்சாது தூத்துக்குடிக்காரர். 'புளிக்கும் அவருக்கும் வித்தியாசமில்லை' என்று அவர் கடைக்குத் தவணையில் சைக்கிள் வாங்குவதற்காகப் போன வேணு

செட்டியார், அவரைப் பற்றி அன்று இரவு பாப்பையாவிடமும் கணேச மாமாவிடமும் சொன்னார். புகையிலைத் தடையை அவிழ்த்துக் காட்டுகிறது மாதிரி ஒவ்வொன்றாகச் சொன்னார்.

அவருடைய உடம்பின் நிறத்தைத் தவிர வேறு சில நுட்ப மான அம்சங்களையும் அவர் அவரிடம் பார்த்துவைத்திருந்தார்.

'ஏ மக்கா ... ஒன்னெ மாதிரி என்னெ மாதிரின்னு நெனைச்சியா?... பத்து வெரல்லயும் மோதிரம் போட்டிருக்காம் பாரு ... ஒவ்வொரு மோதுரமும் ஒண்ணரைப் பவுனாவது இருக்கணும். நடுவுல பாம்புக் கண்ணு கணக்கா அசல் வைரம் மிடுக்கு மிடுக்குன்னு வெட்டுது ... அட . . . அந்த வைரத்த அவனுக்குன்னு எந்தச் சொரங்கத்துலதான் வெட்டுனானோப்பா ... ஏல ... என்னடா கேட்டா? ஓங்க ஆத்தாவ அந்தப் பழைய பாக்கியக் கொண்டு தரச் சொல்லக் கூடாதாலே... ஒங்களுக்கெல்லாம் வாங்கிட்டுப் போகத் தெரியுது. கொண்டு திருப்பித் தர மறந்து போகுது' என்று வியாபாரத்தோடு வியாபாரமாக சகாயம் கடையைப் பற்றிச் சொல்லியிருக்கிறார்

அந்த மச்சாது அந்த இடத்தைக் கடை போடுகிறதுக்காக பார்க்க வந்தபோது பலரும் அந்த இடத்தை, 'விருத்தி கெட்ட இடம்' என்று அவரைப் பயமுறுத்தினார்கள். கடையைத் திறந்து உள்ளே வந்து பார்த்தபோது சண்முகம் பிள்ளையின் அந்தப்புரத் தடுப்பாக அந்த ஈச்சம் தட்டி தரையில் மல்லாந்து கிடந்தது. சுவரில் தோசைக் கல் தொங்கிய இடத்தில் தோசைக் கல் போலவே வட்டமாக எண்ணெய் மக்கு படிந்திருந்தது. அதற்குக் கொஞ்சம் தள்ளி ஒரு நீளமான ஸ்டாண்ட் ஏதோ இருந்திருக்க வேண்டும். அந்த இரண்டு பக்கங்களையும் தவிர மற்ற எல்லா இடங்களிலும் சுவர் பூராவும் புகை படிந்திருந்தது. தரையில், காலில் மிதிபட்டுப் போயிருந்த பழைய ஜாக்கெட்டும், ஒரு சிறு குழந்தை பனியனும், ஜட்டியும் கிடந்தன. அந்த இடம் குறுக்குத்துறை கோயில் இடம் ஆதலால் வாசலுக்கு எதிரே சுவரில் உயரே பெரிய வேலும், 'ஓம்' என்று சுண்ணாம்புச் சாந்தினாலும் வரைந்திருந்தது.

அந்தக் கடைக்கு மச்சாது வந்தது முதலாய் அவருக்கு மேலும் மேலும் விருத்திதான் உண்டாயிற்று. முத்தையா மூப்பனாருடைய சிபாரிசின் பேரில் மச்சாது கடையில் மாதத் தவணைக்கு கண்ணனுக்கு சைக்கிளை வாங்கிக் கொடுத்தார் நடராஜ பிள்ளை.

முனிஸிபாலிட்டியில் நான்கு பெரிய காக்கித் துணிப் பைகளைக் கொடுத்தார்கள் கண்ணனுக்கு. உத்தியோகத்தில் நியமித்துவிட்ட பிறகு, அந்த உத்தியோகத்துக்கான முழு

அந்தஸ்தையும் தரவேண்டாமா? பாதிநாட்கள் வேலைக்குப் போவான். யாரையும் கடிந்து கேட்கத் தெரியாமல் போய்விட்டது கண்ணனுக்கு. ஏகப்பட்ட நிலுவைகள் ஏற்பட்டுவிட்டன. அதுவும் அவனுடைய வார்டில் சில குறிப்பிட்ட இன மக்களின் வீடுகள் இருந்தன. இதை உத்தேசித்து, இந்த வார்டை மாற்றித் தர வேணுமென்று, நடராஜ பிள்ளையே ஒரு நாள் கடைக்குப் போகிற வழியில் ஆஸ்டின் பிள்ளை வீட்டுக்குக் கண்ணனையும் அழைத்துக்கொண்டுபோய்ச் சொன்னார். ஆஸ்டின் பிள்ளைக்கு ஏகப்பட்ட கட்சி வேலைகள் இருந்தன. அப்போது அதைக் காரணம் காட்டித் தட்டிக்கழித்து அனுப்பிவிட்டார். பெரிய மனுஷர்கள் இப்படித்தான். ஒரு நேரம் வெகு அபிமானத்தோடு பழகுவார்கள்; மறுநேரமே எரிந்து விழுவார்கள் என்று, தனது முதலாளியுடன் ஏற்பட்ட இத்தனை வருஷ அனுபவத்தையும் நினைத்துக்கொண்டு கடைக்குப் போய்விட்டார்.

கண்ணன் திடீர் திடீரென்று சைக்கிளை விட்டு இறங்கி, ரோட்டோரமாக ஒதுங்கி நின்று இடுப்பில் கைகளைக் கொடுத்துத் தாங்கியபடி இருமுவான். மூசுமூசென்று மூச்சும் கோழையும் தள்ள நிற்பவனைத் தெரிந்தவர்கள் யாராவது பார்த்தால் அனுதாபத்தோடு நின்று கேட்பார்கள். இந்த ஸ்திதியுடனேயே மூன்று வருஷங்களைத் தள்ளினான்.

காபியைக் குடித்துவிட்டு, சுவரோடு சுவராய் ஒண்டிப் படுத்துவிட்டான் கண்ணன். மாடி வீட்டுக்காரர்கள் எல்லோரும் கீழே இறங்கிவந்துவிட்டார்கள். சங்கரன் பிள்ளை மச்சுவீட்டு அம்மாவைப் பார்த்துச் சத்தம் போட்டார். வஸந்தா அத்தையும் ஏதோ மாவு பிசைந்த கையோடு வந்து வீட்டம்மாளைக் கடிந்துகொண்டாள்.

சிவகாமிக்கு அவனைத் தொட்டுச் சிசுருஷை செய்ய வேண்டும் போலிருந்தது. அவன் படுத்திருப்பதையே பார்த்துக் கொண்டு நின்றிருந்தாள். இன்னும் அவனுக்கு மூச்சு இறைத்துக் கொண்டுதானிருந்தது. அவன் மட்டும் ஏன் அந்த வீட்டில் காரணமில்லாமலேயே தனித்துப் போனான் என்று சிவகாமி நினைத்துப் பார்த்தாள். இதற்கு என்ன சொல்ல முடியும்? அவளுக்குப் புரியாத எத்தனையோ காரியங்களில் இதுவும் ஒன்று.

எவ்வளவுதான் துயரமான சம்பவங்கள் நடந்தாலும், அதையே நினைத்துக்கொண்டிருக்க முடியுமா என்ன? அடுத்தடுத்து நிகழ்வதற்காக எவ்வளவோ விஷயங்கள் காத்திருக்கின்றன. முக்கியமாக அன்று பாப்பையாவின் இண்டர்வியூ இருக்கிறது. கணேச மாமா கூடத் தனது டெய்லரிங் ஷாப்பைத் திறக்கச் செல்ல வேண்டியதிருக்கிறது. சங்கரன் பிள்ளைக்கும் வெளியே

காரியம் இருக்கிறது. கம்பாநேரிப் பக்கம் ஓடைக்கரைத் தெருவு, சீட்டாடப் போக வேண்டும்.

பஸ் ஸ்டாப்பில் மூன்றாம் நம்பர் பஸ் நின்றுகொண்டிருந்தது. சிவகாமி முதலில் ஏறிக்கொண்டாள். அவளுக்குப் பின்னால் பாப்பையா ஏறினான். அவர்கள் இரண்டுபேரையும் பஸ்ஸுக்குள் இருந்த அத்தனை பேரும் சம்பந்தப்படுத்திப் பார்த்தார்கள். இது பாப்பையாவுக்கும் அவளுக்குமே பழக்கப்பட்டுப் போன விஷயங்கள்தான். இதுதான் ஒவ்வொரு தடவையும் நடக்கிறது. எதுவும் புதுசில்லை. காலியாக இருந்த பெண்கள் சீட்டில் ஜன்னலோரமாக சிவகாமி உட்கார்ந்துகொண்டு, பின்னால் வந்துகொண்டிருந்த பாப்பையாவைப் பார்த்துத் தன் பக்கத்து சீட்டில் உட்காரச் சொன்னாள்.

அந்த பஸ்ஸில் இருந்த எல்லோரையும் அவன் வெறுத்தான். வெளியே தோணி செட்டியார் காபிக் கடையில், வழக்கம்போலச் சிலபேர் நின்று காபி சாப்பிட்டுக்கொண்டிருந்தார்கள். அதற்கு அடுத்த எண்ணெய்க் கடையில் யாரோ ஒரு பையன் எண்ணெய் வாங்கிக்கொண்டிருந்தான். அவர்கள் வீட்டுக்குப் போகிற தெருமுனையில் நாலைந்து பேர் பால்காரர்கள் கூடிநின்று பேசிக்கொண்டிருந்தார்கள். அவ்வளவு பேர் மீதும் அவனுக்கு வெறுப்பாக இருந்தது.

5

பஸ் புறப்படப் போகிற சமயத்தில் ஒரு இளைஞன் இவன் வயசுள்ளவன் பஸ்ஸில் உட்கார இடமில்லாமல் நின்றுகொண்டிருந்தான். இன்னும் யாரும் நிற்க ஆரம்பிக்கவில்லை. தான் ஒருத்தனாக மட்டும் நிற்கிறது அவனுக்குக் கூச்சமாக இருந்தது. வெள்ளை டெரிகாட்டன் சட்டையும் வெள்ளை பேண்ட்டும் அணிந்திருந்தான். பஸ்ஸுக்குள் பார்க்கக் கூச்சப்பட்டு, வெளியே ரோட்டையே கவனத்துடன் பார்க்கிறவனைப்போல் பார்த்துக்கொண்டிருந்தான். ஆனால் அவன் நிஜமான கவனத்துடன் ரோட்டைப் பார்க்கவில்லை என்பது அவனுடைய முகத்தில் தெரிந்தது. அவன் மனத்திற்குள் பெரிதும் சலனப்பட்டுக்கொண்டிருந்தான். தான் மட்டும் தன்னந்தனியாக உட்கார இடமில்லாமல் பஸ்ஸில் நின்றுகொண்டிருந்தான். எதிர்த்த தோணி செட்டியார் கடையில் நின்றுகொண்டிருந்த அந்த பஸ்ஸின் டிரைவரையும் கண்டக்டரையும் அடிக்கடி, திரும்பத் திரும்பப் பார்த்துக்கொண்டிருந்தான். அவர்கள் இரண்டுபேரும் காபி சாப்பிட்டபடியே பேசிக்கொண்டிருந்தார்கள்.

பஸ்ஸின் முன்பகுதியில் ஓர் இளைஞன் நின்றுகொண்டிருந்தான். இளைஞனின் முகம் அபூர்வமான திருப்தியில் மலர்ந்தது. இப்போது தைரியமாக பஸ்ஸிற்குள் ஒவ்வொரு சீட்டிலும் உட்கார்ந்திருந்தவர்களைப் பார்க்க ஆரம்பித்தான்.

அவனும் தன்னைப்போல ஏதாவது இண்டர்வியூவுக்குப் போகிறானா? அவனை மட்டும் பாப்பையாவுக்கு மிகவும் பிடித்திருந்தது. அவனுக்கு வயசு என்ன இருக்கும்? தன்னைவிட ஒரு வயசு குறைவாக இருக்கும் என்று நினைத்துக்கொள்வதே அவனுக்குத் திருப்தியாக இருந்தது. அவனை அழைத்து பக்கத்தில் வைத்துக்கொண்டு பேச வேண்டும் போல ஆசையாக இருந்தது.

பஸ் புறப்பட்டு மெதுவாக நகர ஆரம்பித்தது. பஸ் புறப்பட்டதும் பாப்பையாவின் மனசிலிருந்த வெறுப்பு மறைந்து போயிற்று. பால்காரர்கள், சைக்கிள்களை ஸ்டாண்ட் போட்டு அதே இடத்தில்தான் நின்று பேசிக்கொண்டிருந்தார்கள்.

பஸ் மார்க்கெட் மெயின் கேட்டைத் தாண்டிப் போகும் போது மேகநாதன் கடையைப் பார்த்தான். அவனிடம் தான் இண்டர்வியூவுக்குப் போகிறதைப் பற்றிச் சொல்லவே இல்லை என்று வருத்தப்பட்டான்.

பாப்பையா பஸ்ஸுக்குள்ளிருந்து மேகநாதனைப் பார்த்துக் கை ஆட்டினான். அவனும் பார்த்துவிட்டான். எல்லாம் நொடிக்குள் நடந்தன.

மேகநாதனுக்குத் திருமணம் ஆகிவிட்டது. ஒரு குழந்தைகூட இருக்கிறது. பள்ளி நாட்களில் இவர்கள் வீடு மேகநாதனின் வீட்டுக்குப் பக்கத்தில்தான் இருந்தது. தினந்தோறும் மேகநாதனும் இவனும் வாய்க்காலுக்குக் குளிக்கச் செல்வார்கள். வாய்க் காலில் எவ்வளவு நேரம் குளித்தாலும் திருப்தியே இருக்காது. கண்கள் எல்லாம் சிவந்து போயிருக்கும். மேகநாதன் வாய்க் காலில் குளிக்கும்போது அடிக்கடி தண்ணீருக்குள் நின்றபடியே தன்னுடைய கண்களை அடுத்தவனிடம் காட்டி, 'சிவந்து போயிருக்கிறதா?' என்று கேட்பான். மேகநாதன் மிகவும் வீட்டுக்குப் பயந்த பையன். ஒரு நாளும் சாயந்தர வேளைகளில் வெளியே வரவே மாட்டான். அபூர்வமாய் வந்தாலும், வீட்டை நினைத்துப் பயந்துகொண்டிருப்பான். வீட்டுக்கு நண்பர்களை அழைப்பதில் ரொம்பவும் விருப்பமுள்ளவன். ஆனால் உட்காரச் சொல்லிவிட்டு உள்ளே போனால் வரவே மாட்டான். வந்த நண்பர்கள் பேசிக்கொண்டிருக்க ஆரம்பித்தால், ரொம்பவும் பணிவுடன் மெதுவாகப் பேசச் சொல்லுவான்.

மேகநாதன் கல்யாணத்துக்கு, கூடப் படித்த நண்பர்களில் இவன் ஒருவன் மட்டுமே போனான். கோவில்பட்டியில் கல்யாணம் நடந்தது. மணப்பெண்ணைப் பார்த்தபோது, 'மேக நாதனுக்கு இவளா?' என்று நினைத்தான். ரொம்பவும் சின்னஞ் சிறு பெண். அளவற்ற அடக்கம். எப்போதுமே அதிகம் பேசவே மாட்டாதவளைப் போல் தோன்றினாள். இவன் மட்டுமே கல்யாணத்துக்கு வந்ததில் மேகநாதனுக்கு எவ்வளவு மகிழ்ச்சியென்று சொல்ல முடியாது. பள்ளிக்கூடத்தை விட்டபின் பாப்பையா போன முதல் நண்பனின் கல்யாண வீடு அது.

கோவில்பட்டியிலிருந்து நிறைய பஸ்கள் இருக்கின்றன. அன்று வேண்டுமென்றே ரயிலில் ஏறி வந்தான். ரயிலில் வரும்போ தெல்லாம் மனம் தாங்க முடியாத கஷ்டத்தை அனுபவிக்கிறது.

கோவில்பட்டி ஸ்டேஷனுக்குள் சீக்கிரமாகவே டிக்கெட் எடுத்துக்கொண்டு வந்து உட்கார்ந்துவிட்டான். வேப்ப மரங்கள் நிறைந்த ஸ்டேஷன் அது. சரளைக் கற்கள் பாவின பிளாட்பாரம். சிமெட்டி பெஞ்சுகள் எல்லாம் பார்க்க ஒருவிதமான துயரத்தை அளித்தன. எவ்வளவு நெருக்கடிக்குள் இருந்தாலும் ஸ்டேஷன் மட்டும் தனியாகவே இருக்கிறது. இதுக்கு என்ன காரணம்? கருங்கல் பாவின தளம்தான் எல்லா ஊர் ஸ்டேஷன்களிலும் அநேகமாக இருக்கிறது. அப்புறம், அந்தப் பட்டை பட்டையான இரும்புக் கம்பிகள் வேறு நின்று வேலி செய்கின்றன. வேப்ப மரம், சரளைக் கற்கள், சிமெட்டிப பெஞ்சுகள். ஊரில் பார்க்கில் இருக்கிற சிமெட்டிப் பெஞ்சுகளை விரும்புவதுபோல் அவற்றை விரும்ப முடியவில்லை. டிக்கெட் கவுண்டரை யார் முதலில் கட்டினார்கள்? யாருக்கு ஸ்டேஷன் இப்படியெல்லாம் இருக்க வேண்டுமென்று யோசனை தோன்றியிருக்கும்? வேப்ப மரங்களை ஸ்டேஷனில், வைக்கச் சொன்ன யோசனைக்காரன் யார்? டிக்கெட் கவுண்டருக்கு வலை ஜன்னலும், மரத்தாலான உயரமான வரிசையை ஒழுங்குபடுத்தும் கிராதிச் சட்டங்களை வைக்க யாருக்குத்தான் முதன்முதலாய்த் தோன்றியதோ? கருங்கல் தளம் எந்த ஸ்டேஷனில்தான் நன்றாக இல்லை? தென்காசி ஸ்டேஷனில் குற்றாலம் போக மழையில் இறங்கியபோது பார்த்தது கருங்கல் தளம்தான். தென்காசி ஸ்டேஷன் கருங்கல் தளத்துக்கும், கோயில்பட்டி ஸ்டேஷன் கருங்கல் தளத்துக்கும்தான் எத்தனை வித்தியாசம்? தென்காசி ஸ்டேஷன் தளத்தைப் பார்க்கிற சமயமெல்லாம் அது யாருக்காகவோ வெகுநாட்களாகக் காத்திருக்கிறது போலவே இருக்கிறது. கடம்பூர் ஸ்டேஷன் பள்ளமான ஸ்டேஷன். சிறு வயதில் பார்த்த கொல்லம் ஸ்டேஷனைப்போல் கடம்பூர் ஸ்டேஷன் இருக்கிறது. எல்லாவற்றையும் கட்டியது, தளம் போட்டது, வேலி போட்டது, பெஞ்சை இந்த இந்த இடத்தில் போடு என்று சொன்னதையெல்லாம் ஒரு ஆள்தான் செய்திருக்க வேண்டும். அந்த ஆளுக்கும் ஒரு வேலை கிடைத்து அவர் இந்த வேலையைச் செய்திருக்கிறார். அன்று கோயில்பட்டி ஸ்டேஷனில் ரயிலுக்காகக் காத்திருந்தவர்கள் எல்லாருக்குமே ஏதாவது ஒரு வேலை இருந்திருக்கும். ஸ்டேஷனுக்கு வருகிற வழியில் பார்த்தவர்கள் எல்லாருக்கும் ஏதாவது வேலை உண்டு. மேகநாதனுக்கும் வேலை இருக்கிறது. அவனுக்குக் கடை இருக்கிறது. எல்லோரும் வேலை பார்க்கிறார்கள். வேலை இருந்தால்தான் கல்யாணம் ஆகும்.

ஆனால் அக்கா துரதிருஷ்டசாலி! வேலைக்கும் அக்காவுக்கும் சம்பந்தமே இல்லை. அக்காவுக்கு யாரையாவது மனசுக்குள் பிடிக்காமலா இருக்கும்? இன்று கோமதி இண்டர்வியூவுக்கு வருவாளா? கோமதியைப் பார்க்கத்தான் எவ்வளவு ஆசையாக

கம்பா நதி ☯ 37 ☮

இருக்கிறது? அக்காவுக்கும் இதுபோல் யாரையாவது தினந்தோறும் பார்க்க முடியாமல் போனால் மனசுக்குக் கஷ்டமாக இருக்கும்தானா? அக்கா அந்த மனிதனோடு பேசியிருப்பாளா? கோமதியுடன் பேசுகிறதுக்குத்தான் எவ்வளவு நாட்கள் ஆயிற்று? அக்காவுக்குப் பிடித்திருந்தாலும் அக்காவால் இப்படி செய்ய முடியாது. எப்போதோ ஒரு தடவை, கோமதி மழை ரொம்பப் பிடிக்கும் என்று சொன்னாள். அக்காவுக்கும்தான். அக்கா மழையில் நனைந்துகொண்டே தண்ணீர் எடுப்பாள். யார் சொன்னாலும் கேட்க மாட்டாள் அப்போது. மேகநாதனுக்குக் கல்யாணம் ஆகி மூன்று வருஷங்கள் ஆகிவிட்டன. வாய்க்காலுக்கு வரப் பயந்துகொண்டிருந்த மேகநாதனுக்கு இப்போது குழந்தை இருக்கிறது. மேகநாதன், இப்போது நல்ல பையனாக இருக்கிறான். அவனைத் தாண்டிப் போனால் அவனிடம் பேசாமல் வர முடியாது. எப்படித்தான் இன்னும் தர்மரைப் போல இருக்கிறானோ?

கொக்கிர குளத்தில் பஸ் நின்றது. பாப்பையாவை அக்கா, தொடையில் தட்டிக் கூப்பிட்டு, "பாப்பையா போயிட்டு வரும்போது ஆபீசுக்கு வா. நான் எங்க எஸ்.ஓ.வை விட்டு அந்த ஆபீசுக்குப் போன் பண்ணச் சொல்றேன். வரட்டுமா?... ஞாபகமா ரத்னா டாக்கீஸ் ஸ்டாப்லே எறங்கிரு."

என்ன பதில் சொன்னானென்று அவனுக்கே தெரிய வில்லை பஸ் புறப்பட்டுவிட்டது. அக்கா கோர்ட்டுக்குப் போகிற, வழியில் இறங்கிப்போய்க்கொண்டிருந்தாள். அக்காவோடு அந்த பஸ்ஸிலிருந்து யாருமே இறங்கவில்லை. யாராவது இறங்கி அக்காவுக்கு முன்னாலோ பின்னாலோ போய்க்கொண்டிருந்தால் சந்தோஷமாக இருக்கும்போலப் பட்டது. சிவகாமி மட்டும் தனியே போய்க்கொண்டிருந்தாள். சிவகாமி துயரம் நிரம்பிய வாழ்க்கையை வாழ்ந்து வருகிறாள். இத்தனை வயதிலும் நிம்மதி அவளுக்குக் கிடைக்கவில்லை. அப்பா, அக்காவின் நிம்மதியைப் பறித்துவைத்துக்கொண்டிருக்கிறார். சிவகாமியின் சம்பளப் பண நோட்டுகள் வீட்டுக்குத் தேவைப்படுகின்றன. மேகநாதனைவிட சிவகாமி மூத்தவள். மேகநாதனுக்குக்கூட சிவகாமியைக் கொடுத்திருக்கலாம்.

ஆற்றுப் பாலத்தில் பஸ் வேகமாகப் போய்க்கொண்டிருந்தது. டிரைவர்களுக்கு ஆற்றுப் பாலத்தில் வேகமாகப் போகவே எப்போதும் ஆசை. ஆற்றுப் பாலத்தில் பஸ் வேகமாகப் போகும்போது சத்தம் வேறு மாதிரியாகக் கேட்கிறது. இந்தச் சத்தம் எல்லோருக்கும் உவப்பான சத்தம். உள்ளூர வேகமாகப் போவதை வெறுப்பதுபோல நடந்துகொண்டாலும், நிஜமாக யாரும் அப்படி வெறுக்கவில்லை,

எதிரே ஒரு லாரி, இந்த பஸ் பாலத்தைக் கடப்பதற்குள் வந்தால், வேலை கிடைத்துவிடும் என்று நினைத்தான். பாலம் முடிகிறவரைக்கும் லாரியே வரவில்லை. இப்படி நினைத்தது தப்போ என்று வருத்தப்பட்டான். ஒரு அம்பாஸிடர் கார் மட்டுமே போயிற்று. அம்பாஸிடர் கார் வர வேண்டுமென்று நினைத்திருக்கலாம். எத்தனை லாரிகள் எவ்வளவு தடவை, இதேபோல பாலத்தில் பஸ் போகிறபோது வந்திருக்கின்றன. இந்தத் தடவை வராமல் போனது வேலை கிடைக்காததற்குத்தானா? ஜங்ஷன் பஸ் ஸ்டாண்டுக்குள் பஸ் நுழைகிறவரை அவன் துரதிருஷ்டம் எதிரே லாரியே வரவில்லை.

இது மூன்றாவது இண்டர்வியூ. போன தடவை சிவகாமியின் ஆபீஸிலேயே ஒரு வேலை காலியிருந்து போனான். முந்நூறு பேர் வந்திருந்தார்கள். ரொம்பப் பேர் வெளியூர்க்காரர்களைப் போலிருந்தார்கள். இவ்வளவுபேருக்கும் இந்த வேலையின் மீது அபிமானமும் இருக்கிறது. யாரோ ஒருத்தருக்குக் கிடைக்கப் போகிற வேலைதானென்று தெரிந்திருந்தாலும், அந்த வேலையின் பேரில் அவ்வளவு பேராலும் ஆசை வைக்காமல் இருக்க முடியவில்லை. ஒவ்வொருவரும் தங்களுக்கு அந்த வேலை கிடைக்கச் சிறுசிறு காரணங்களை, நம்பிக்கைகளை வைத்துக்கொண்டிருந்தார்கள். ஒவ்வொருவரும் அந்த ஆபீஸில் வேலை பார்க்கிற ஒருத்தரையாவது தெரிந்துவைத்திருந்தார்கள்.

அந்த இண்டர்வியூ நடந்த ஆபீஸுக்குப் பக்கத்தில் நிற்க நிழல்கூட இல்லை. இருந்த மரங்கள் தொலைவில் ஆபீசுக்குச் சம்பந்தமில்லாமல், இண்டர்வியூவுக்குப் பேர் சொல்லிக் கூப்பிட்டால் கேளாத தூரத்தில் இருந்தன. கோர்ட்டும் தொலைவில் இருந்தது. மரங்கள் கோர்ட்டைச் சுற்றி இருந்த மரங்களே. இதுவரை இவன் போன எல்லா இண்டர்வியூக்களிலும் இது போல தங்கியிருக்கிறதுக்கு மர நிழல்கள் உதவியிருக்கின்றன. மர நிழல்கள் இல்லாமல் வாழ்க்கை என்னபடி ஆகும்?

இந்த இண்டர்வியூ நடக்கிற கவர்மெண்ட் டிரெயினிங் ஸ்கூலில் ஏராளமான மரங்கள் இருக்கின்றன. ஆனாலும் அந்த லாரி விஷயத்தை மறக்க முடியவில்லை. அவனுக்கு எத்தனையோ தடவை இதுபோல நேர்ந்தும், தனக்குத் தானே தலைக்குனிவுகளை அடைந்தும் இப்படி எண்ணாமலிருக்க முடியவில்லை. இனி இதுபோல நினைப்பதே இல்லை என்று தீர்மானம் செய்துகொண்டான். இதைப்போல் பல தடவை தீர்மானித்தது நினைவுக்கு வந்ததும், தன்னை மிகவும் அற்பமான கோழையைப் போல் உணர்ந்தான்.

6

டிரெயினிங் ஸ்கூல் ஸ்டாப்பில் பஸ்ஸிலிருந்து இறங்கினான். எல்லோரையும் இறங்க விட்டுவிட்டு மெதுவாக இறங்கினான். லேசாகத் தூறல் விழுவதுபோல் இருந்தது. காம்பவுண்டு சுவருக்கும் இண்டர்வியூ நடக்கிற கட்டடத்துக்கும் இடையே தூரம் இருந்தது. அந்தத் தூரத்தைக் கடந்துபோகச் சிறிது நேரம் தேவைப்படும்தான். கட்டடத்துக்குள் நுழைவதற்கும் முன்பே மழைதூற ஆரம்பித்துவிடலாம். ஆனாலும் பாப்பையாவுக்கு நிதானமாக இருக்க வேண்டுமென்று பட்டது. பரபரப்பு அடையாமல் இந்தத் தடவை இண்டர்வியூவுக்குப் போகப் போகிறோம் என்பது சந்தோஷத்தை அளித்தது. இதற்கு முன்னால் எந்த இண்டர்வியூவுக்கும் இதுபோலப் போனதே இல்லை. மனதில் பரபரப்பும் அவசரமும் குடிபுகுந்துவிடும். இண்டர்வியூ முடிந்து வீடுதிரும்பும்வரை என்ன காரியம் செய்தோம் என்பதே மனசில் நிற்காது. விசித்திரங்கள் நிரம்பிய ஏதோ ஓர் ஊரில் இருந்துவிட்டு வருகிறதுபோல, தன் பிரக்ஞையைத் தவறவிட்டிருப்பான். இந்த வருஷம், கூட இன்னொரு வயது கூடி விட்டதால், இந்த மாறுதல் வந்திருக்கலாம். இந்த இண்டர் வியூகூடத் தனக்குச் சந்தோஷத்தைத் தருகிறதென்பது ஆச்சரியமாகவும், சௌகரியமான ஒரு சூழ்நிலையில் தான் மிகுந்த திருப்தியுடன் வாழ்வதுபோலவும் தோன்றிற்று.

அந்தக் கட்டடத்தின் மெயின் கேட் பூட்டி அவன் பார்த்ததே இல்லை. அந்த வழியே கணக்கில்லாத தடவை போயிருக்கிறான். சிறுவயது முதல் இத்தனை காலமும் அந்தக் கட்டடத்தை எத்தனை தடவை பார்த்திருப்போமென்று நினைத்துப் பார்த்தான்; ஞாபகமே இல்லை.

ஆயிரக்கணக்கான தடவை பார்த்துக்கொண்டே போயிருப்பான். பிரிட்டிஷ் காலத்துக் கட்டடம் அது. ரொம்பவும் ஞாபகம் வைத்துக்கொள்ள வேண்டிய ஒரு கட்டடம்தான், சுண்ணாம்பு பூசாமல், வெள்ளையடிக்காமல் விட்டிருந்தார்கள். சிவப்புச் செங்கல் சுவர்கள் மழையில் நனைந்தும் வெய்யிலில் உலர்ந்து கொண்டுமிருந்தன. இதுவரை இதில் எத்தனை இண்டர்வியூ நடந்திருக்கும்? இங்கே இண்டர்வியூவுக்கு வந்தவர்களில் எத்தனை பேர் இப்போது வேலைபார்த்துக்கொண்டிருப்பார்கள்? சிவகாமிகூட இங்கே ஒரு இண்டர்வியூவுக்கும், ஒரு தடவை டைப்ரைட்டிங் பரீட்சை எழுதவும் வந்திருக்கிறாள். அக்காவுக்கு வேலை கிடைத்துவிட்டது. அவ்வளவு புராதனமும் அழகும் நிரம்பிய அந்தக் கட்டடத்தில், இண்டர்வியூவுக்காக வந்தவர்கள் எல்லோருக்கும் வேலை கிடைத்திருக்குமா என்பது தெரிய வில்லை. ஆனால் சிவகாமி அக்காவுக்குக் கிடைத்திருக்கிறது.

சிக்கல்களும் துக்கமும் நிரம்பிய பழைய கசடான சிறுசிறு விஷயங்கள் எங்கோ நீங்கிச் சென்றுவிட்டன. எல்லாமே இப்படித்தான் எப்போதும் இருந்துவந்தது போலவும், தான் ஏற்கெனவே இதையெல்லாம் காணத் தவறியது பெருத்த நஷ்டம் போலவும் இருந்தது.

வாசலிலிருந்து கட்டடத்தை நோக்கிச் செல்லுகிற பாதை இன்னும் கொஞ்சம் நீண்டிருக்கலாம் போலிருந்தது. சீக்கிர மாகக் கட்டடத்தின் படிக்கட்டை அடைந்துவிட்டதாக நினைத்தான். படிகள் கற்படிகள். கற்படிகள் உள்ள கட்டடம் நல்ல கட்டடம். வெகுகாலத்திற்கு முன்னால் இதே படிகளில் அக்காவும் ஏறியிருக்கிறாள். நீளமான இந்தப் படிக்கட்டில் எந்தப் பக்கமாக ஏறியிருப்பாள்? பெண்கள் மையத்தில் ஏறியிருக்க முடியாது. கூச்சமும், ஒதுங்கிக்கொள்ளும் இயல்பும் உடையவர்கள் பெண்கள். சிவகாமி அக்கா ஒரு ஓரமாகத்தான் அந்தப் படிக்கட்டில் ஏறிப் போயிருப்பாள்.

உள் அறைகளைச் சுற்றிலும் நீளமான வராந்தாக்கள் கிடந்தன. தொன்மையும் முதுமையும் நிரம்பிய செங்கல் பதித்த தரையில் பல இடங்களில் தளம் தேய்ந்துபோயிருந்தது. தூண்கள் சதுர வடிவில் இருந்தன. உத்திரங்கள் உயரமான இடத்தில் இருந்தன. காலத்தைப் பொறுமையுடன் சகித்து அக்கட்டடம் வாழ்ந்து வந்தது. ஜன்னல்களும் பழையவை. கதவுகளை இதுபோல இப்போது யாரும் அமைப்பதில்லை.

யாருமே சாயாமல் அந்த வராந்தாவில் எந்தத் தூணுமில்லை. எல்லாத் தூண்களிலும் சாய்ந்து நின்றுகொண்டு கூடிக்கூடிப்

பேசிக்கொண்டிருந்தார்கள். இது எல்லாப் பொது இடங்களிலும் வழக்கமாக நடப்பதுதான். சிவகாமி எந்தத் தூணின் அடியில் நின்று பேசியிருப்பாள்? சிவகாமி அக்கா நின்ற தூணின் அடியில் தானும் நின்றால் தனக்கு இந்த வேலை கிடைக்குமென்று நினைத்தான். நிறைய பேர் அவனைச் சுற்றிலும் நின்று பேசிக்கொண்டிருந்தார்கள். யாரோ அருகில் வந்து நின்றார்கள். நிமிர்ந்து பார்த்தான். நிமிர்ந்து பார்க்கும் முன்பே காற்றில் வந்த மணம், யாரென்று நினைக்கச் சொல்லிவிட்டது. வந்தவள் கோமதி.

'என்ன தலையைத் தொங்கப் போட்டுக்கிட்டுத் தனியா நிக்கிறீங்க?'

எவ்வளவு இணக்கமான கேள்வி அது?

ஒரு காலத்திலும் அதிகமான அலங்காரம் எதுவுமே அவளிடம் இருந்தது இல்லை. இடது கை மோதிர விரலில் மட்டும் ஒரு நெளிவு கிடக்கும். வாயில் சேலைதான் உடுத்துவாள். 'போதும் இது எனக்கு' என்று அவள் அதிக ஆடம்பரமே இல்லாமல் இருபத்து இரண்டு வயசில் இருந்தாள்.

மினுமினுக்கும் கண்களுடன் அவளைப் பார்த்தான். கோமதி அதைப் பார்த்துத் திகைப்புடன் இன்னும் கொஞ்சம் நெருங்கி நின்று அண்ணாந்து பார்த்தாள். கண்களில் இன்னும் மினுமினுப்பு இருந்தது. முகம் சாந்தமாக இருந்தது. 'இப்படி வாங்க, அந்த மரத்தடிக்குப் போவோம்' என்று சொல்லிவிட்டு – அவன் பின்னால் வருவான் என்று தெரியும் – நடந்தாள்.

மழை இப்போது வலுவாகப் பெய்ய ஆரம்பித்தது. பேசிக் கொண்டிருக்கிறவர்கள் எதற்காகவோ கட்டுப்பட்டு ஒடுங்கியது போல மழையின் சத்தம் அதிகரித்ததும், அப்படியே பேசுகிறதை மறந்து நின்றார்கள்.

கோமதி வானத்தையே பார்க்க முயற்சி செய்தாள். வாகை மரங்களுக்கு ஊடே ஒழுங்காக வானமே தெரியவில்லை. மழை அதிகமாகி விடுமா என்பது தெரியவில்லை. வானம் இந்த விஷயத்தைக் காட்டித் தந்துவிடும். ஆனால் அவள் துரதிருஷ்டம் வானம் முழுசாகத் தெரியவில்லை. மரங்களினூடே துண்டு துண்டாகப் பனிக்கட்டித்துண்டுகளைப் போலத் தெரிந்தன. மழை ஒரே சீராகப் பெய்துகொண்டிருந்தது. தண்ணீர்த் துளிகள் கீழே விழுவதில் அதிக ஒற்றுமை இருந்தது. எங்கேயும் தண்ணீர் பெருக ஆரம்பித்துவிட்டது. அவளுக்குப் பேச வேண்டும் அவனிடம். இதுபோல தருணம் அவளுடைய வாழ்க்கையில் இனியும் வருமோ, வராமலே போகுமோ – அவளுக்குத் தெரியாது.

கடைசியாக அவனுடன் அவள் பேசியது இன்ஸ்டிட்டி யூட்டில் வைத்து. அன்று இன்ஸ்டிட்டியூட்டுக்கு இன்னும் யாரும் வந்திருக்கவில்லை. கோமதி அவனிடம் புதிதாக எதையும் பேசி விடவில்லைதான். ஏதேதோ சிறுசிறு விஷயங்கள்தான் அவர்களுடைய பேச்சில் இடம்பெற்றிருந்தன. அவனுடைய அக்காவைப் பற்றி அவள் கேட்டாள்.

7

மழையுடன் காற்றும் சேர்ந்துகொண்டது. வராந்தாவின் ஓரத்தில் நின்றுகொண்டிருந்தவர்கள் எல்லோரும் சுவரையொட்டி நின்றுகொண்டார்கள். ஆனாலும்கூட காற்றும் மழையும் கால்களை நனைத்தன.

அவர்கள் நின்றுகொண்டிருந்ததைப் போல பலர் மரங்களின் கீழே நின்றுகொண்டிருந்தார்கள். ரொம்பவும் ஆதரவை விரும்பும் முகத்துடன் இவன் அவளைப் பார்த்துக்கொண்டிருந்தான். கோமதிக்கு இவனிடம் பேச இருப்பதுபோல, அந்த மரத்தடிக்கு அழைத்து வந்ததெல்லாம் பொய்யாகப்போகும்படி ஒன்றுமே பேசாமல் மழையைப் பார்த்துக் கொண்டிருந்தாள். மழைக்குள் பேச எதுவுமே இல்லை. யாரும் மழை பெய்கிற போது பேசுகிறதே இல்லை. மழை பெய்கிற சத்தம் எல்லோரையும் பேசவிடாமல் அடக்கிவிடுகிறது.

கோமதியும்தான் அவனிடம் புதுசாக என்ன பேசிவிடப் போகிறாள். ஏற்கெனவே பேசினது போலத்தான் இனிமேலும் கூட எப்போதும் பேச முடியும்... 'நான் உன்னைப் பார்க்க வேண்டும். பார்வை அயர்ச்சி தரவில்லை. மீண்டும், மீண்டும் நான் சந்திக்கும் அன்றாடக் காரியங்களும், அல்பமான தின அலுவல்களும் இமைப்பொழுதில் என்னைச் சலிப்பிற்கு இட்டுச்சென்றுவிடுகின்றன. எதுவும் புதிய ஒளியைத் தர முயற்சிக்கவில்லை. ஆனாலும் பேசுவதிலும் நான் கேட்பதிலும் என்ன இருக்கிறது. அடிக்கடி சந்தித்துக்கொள்வோம். அமைதியாகச் சந்தித்துக்கொள்வது பற்றி நான் உனக்குச் சொல்லித்தர முடியும். இதெல்லாம் யாரும் உன் வீட்டிலும் என் வீட்டிலும் விரும்புவதில்லை. நீண்ட பெருமூச்சுகளை விட்டுக்கொண்டு உன்னை இமைக்காமல் பார்த்தால் என் துக்கங்களை மறக்க

முடிகிறது. இதுதவிர, இவ்வளவு சின்ன வயசில், படும் துன்பத்தை மாற்ற வேறு வழி தெரியவில்லை.'

மரத்தடியில் இனிமேலும் நிற்க முடியாதபடி ஆனபோது இரண்டுபேரும் மழையில் நனைந்துகொண்டே வராந்தாவுக்குள் போனார்கள். அந்த மழைக்குள் ஒவ்வொருத்தராகப் பேர் சொல்லி இண்டர்வியூவுக்குக் கூப்பிட்டுக்கொண்டிருந்தான் ஒரு ஆள். அதைக் கேட்டதும் இரண்டுபேருமே பதறிப் போனார்கள். இவ்வளவு நேரமும் அவர்களுக்குள் இருந்த விருப்பமான மனநிலை பூராவும் சிதறிப்போய்விட்டது. முன்பின் பார்த்தே இராத, அயல் மனிதர்களைப் போல பரபரப்பும் பயமும் தோன்ற அந்த ஆளைப் பார்த்துத் தங்களது பெயர்களைச் சொல்லி, அந்தப் பெயர்களைக் கூப்பிட்டாயிற்றா இல்லையா என்று தெரிந்துகொண்டார்கள். கூப்பிடவில்லை என்று நிச்சயப்படுத்திக்கொண்ட பிறகுதான் நிம்மதியாக இருந்தது. கோமதி அவனை ஏறிட்டுப் பார்த்தாள். சற்று முன்னால் தானிருந்த, முற்றிலும் வினோதமான அந்த மனோநிலைக்குச் சிறிதும் சம்பந்தமில்லாமல், தனித்துப் போய்ச் சலனமும் பயமும் நிரம்பியவளாய் அந்த ஆளிடம் தன் பெயரைப் பற்றி விசாரித்ததை நினைத்து வெட்கப்பட்டாள். இந்த விஷயத்துக்கு முன்னால் எவ்வளவு அன்னியோன்யத்துடன் நெருங்கி, அவனுடைய நலன்களில் அக்கறைகொண்டவள்போல அவளே அவளுக்குத் தெரிந்தாள். வெறும் இண்டர்வியூவுக்குக் கூப்பிட்ட பெயர்கூட இதையெல்லாம் தள்ளிக்கொண்டு வந்து, அவள் மனத்தில் தன் இடத்தைத் தேடிக் கண்டுகொள்ளுமா? நிஜம் எதுவென்று உணர முடியவில்லை. தவிப்புடனும் வெட்கத்துடனும் நின்றுகொண்டிருந்தாள்.

அவனும் இண்டர்வியூவைப் பற்றியே நினைத்துக்கொண் டிருப்பவன் போல நின்றான்.

இண்டர்வியூவுக்குப் போய்விட்டு வெளியே வந்தவர்களிடம், உள்ளே போகக் கூடியவர்கள் சூழ்ந்து நின்றுகொண்டு என்னென்ன கேள்விகள் கேட்டார்கள் என்று ஆர்வத்துடன் கேட்டுத் தெரிந்துகொண்டிருந்தனர். யாருக்கும் சென்று வந்த நபர் சொல்லும் பதிலில் திருப்தியே இல்லை. உள்ளே சென்று வந்தவன் எதையோ மறைத்துவைத்துச் சொல்லுகிறது போலவும், அவன் மறைத்துவைத்துவிட்ட விஷயத்தை மட்டும் அறிந்து கொண்டால், எல்லோரும் ஜெயித்துவிடலாம் போலவும் அளவற்ற பரபரப்புடனும் ஆர்வத்துடனும் கேட்டுக்கொண்டிருந்தனர். எல்லா இண்டர்வியூக்களிலும் ஒரே மாதிரியான கேள்விகளே கேட்கப்படுகின்றன. இது எல்லோருக்கும் தெரியும்தான்.

இருந்தாலும், ஆர்வத்தையும் பரபரப்பையும் அழிக்கும் வழி எதுவென்று தெரியாமல் அலைந்துகொண்டு இருந்தனர்.

கோமதியும்கூட இடையிடையே இவர்களைத் தாண்டிப் போகிறவர்களிடம் ஏதாவது கேட்டுத் தெரிந்துகொண்டாள். முழு ஆர்வம் காட்டவில்லையென்றாலும் பரபரப்பின்றி இருக்கத் தெரியவில்லை. துரதிருஷ்டவசமாக பாப்பையா எல்லாக் கவலைகளையுமே ஒழித்துவிட்டவனைப் போல நின்றுகொண்டிருந்தது அவளுக்கு ஆச்சரியமாகவும், அவனைப் பற்றி நினைக்கப் பெருமையாகவும் இருந்தது. அந்தப் பெருமை முடிவே இல்லாததுபோல நினைக்க நினைக்கப் பெரும் ஆனந்தத்தில் அவளை ஆழ்த்தியது. இத்தனை பேர்களைப் போல இவன் இல்லை என்பதே எவ்வளவு பெரிய விஷயம். தான் அடைந்த சந்தோஷம் நீடித்திருக்க விரும்பினாள்.

அவன் ஏன் அவ்விதம் மற்றவர்களைப் போலில்லாமல் சும்மா இருந்தான் என்பது அவனுக்கே தெரியவில்லை. வேலைக்குத் தெரிவுசெய்கிற இடங்களில் அனுஷ்டிக்கப்பட்டு வரும் பழைமையான சம்பிரதாயங்களின் பேரில் அவனுக்கு ஒருவேளை வெறுப்பு வந்திருக்கலாம். அவனுக்கு அது மீண்டும் மீண்டும் நம்மைப் பிடித்து ஹிம்சைப் படுத்துவது என்று உணர்ந்து விட்டதுபோல் சலனமேயின்றி இருந்தான். தன் பெயர் கூப்பிடுகிறபோதுகூடப் போக வேண்டாமென்று நினைத்தான். எத்தனை இண்டர்வியூவுக்கு இதுபோல எத்தனைபேர் நடுவே எல்லோரும் பார்க்கச் சென்று வந்தாயிற்று?

8

இது போன்ற தருணங்களில் என்ன பேசலாமென்று தெரியாமல் பாப்பையா பலமுறை குழம்பியிருக்கிறான். அவள் அவனோடு நடந்து வந்துகொண்டிருந்தாள். அவள் எதை நினைத்துக் கொண்டு வந்துகொண்டிருப்பாள் இப்போது? லேசாகத் திரும்பி கோமதியைப் பார்த்தான். அவள் முகத்திலிருந்து எதையும் தெரிந்துகொள்ள முடியவில்லை. அவளால் இப்படி இருக்க முடியும்.

இண்டர்வியூ முடிந்துவிட்டது. அதற்குள் மழையும் நின்றிருந்தது. இண்டர்வியூ நடக்கிறபோதே முடிவு எப்படியாகும் என்று, இண்டர்வியூவுக்கு வந்திருந்த ஒவ்வொருத்தருக்கும் உள்ளூரத் தெரிந்திருந்தது. ஒரு குரல் இதைப் பற்றித் தீர்மானமாகச் சொல்லிவிட்டது. வலுவே இல்லாத உள் உணர்வுதான் அது. ஆனாலும் அதை உணர்ந்தபின், அதுவே சரியென்று, அந்த உணர்வு சொல்லிவிட்டுப் போன சிறிய செய்தி பெரும் உருவமெடுத்தது.

ஆர்ச்வரைக்கும் வந்துவிட்டார்கள். கோமதி தயங்கினது போலிருந்தது. அவன் நின்றான். மெதுவான, தணிந்த குரலில் கோமதி சொன்னாள், 'நாம இதுக்கு மேல ஒண்ணாப் போனா யாரும் பாத்திருவாங்க' என்று சொல்லிவிட்டுக் குனிந்தபடியே அவனைப் பார்த்தாள்.

கோமதி புத்திசாலிப் பெண்தான். அவள் சொன்னதுபோலவே ரோட்டில் போய்க் கொண்டிருந்த எல்லோரும் இவர்களையே பார்த்துக்கொண்டு போனார்கள். கோமதி புஸ்தகங்களை நெஞ்சோடு அணைத்தபடியே மேலே பார்த்துக்கொண்டிருந்தாள்.

'சரி, வா கோமதி! தச்சநல்லூர் ரோட்டுப் பக்கம் போகலாம். நயினா குளத்தங்கரை கலுங்கில்

உட்கார்ந்து பேசுவோம். நீ உடனே வீட்டுக்குப் போகணுமா? உங்கிட்டே கொஞ்சம் பேசணும்போல இருக்கு. நீ வீட்டுக்குப் போகணும்னா போ, என்றான்.

'இல்ல... எனக்கும் இப்படி ஏதாவது பேசணும் போலத்தான் இருக்கு. அங்கேயே போகலாம். வாங்க. ஆனா இருட்டுற துக்குள்ளே நான் வீட்டுக்குப் போயாகணும்...'

இரண்டுபேரும் நயினார்குளத்துப் பக்கம் போகிற தாமரைக் குளத்து ரோட்டோரமாகவே நடந்தார்கள். அந்த ரோட்டில் ஒரு மோட்டார் கம்பெனியும் ஒரு ஒர்க் ஷாப்பும் மட்டுமே இருந்தன. ஜங்ஷனுக்குப் போகிற பஸ்கள் நயினார் குளத்தங்கரையிலிருந்து இறங்கி அந்த ரோட்டில் திரும்பிச் சென்று கொண்டிருந்தன. குளத்தங்கரைக்குப் போகிறவரை இரண்டு பேரும் பேசாமலேயே நடந்துபோய்க்கொண்டிருந்தார்கள். தச்சநல்லூர் போகிற ரோட்டில் அந்த நேரத்தில் ஆட்களே இல்லை. குளத்துத் தண்ணீர் சலனமே இல்லாமல் தேங்கிக் கிடந்தது.

அவள் – கோமதி அவனுக்கு இடப்புறம் கரையோரமாக நடந்துவந்துகொண்டிருந்தாள். அவள் புறமிருந்து மெதுவாகக் காற்று வீசிக்கொண்டிருந்தது. அவள் தேங்காய் எண்ணெய் தேய்த்துத் தலையைச் சீவியிருந்தாள் போல. அவள் உடுத்திருந்த புடைவை சிறிது நாட்களாவது பெட்டிக்குள் இருந்திருக்க வேண்டும். அவன் அவளுடைய கால் விரல்களைப் பார்த்தபடியே நடந்துகொண்டிருந்தான். அவளுடைய விரல்கள் மஞ்சள் நிறமாக இருந்தன. நகங்கள் அவனுக்கு உவப்பூட்டும் விதமாய்ச் சதைப் பகுதியைத் துருத்தவிட்டு உள்ளடங்கியிருந்தன. அவள் அணிந்திருந்த செருப்பு, மேல் பாதம் முழுவதையும் மூடியிருந்தது. விரல்கள் மட்டும் அவன் விரும்பின அளவு வெளியே தெரிந்து கொண்டிருந்தன. அவளுடைய பாதங்களைப் பார்த்துக்கொண்டே, இவ்வளவு தூரம் என்றில்லாமல் நீண்ட தொலைவுக்கு நடந்து போக வேண்டுமென்று ஆசைப்பட்டான்.

குளத்திலிருந்து வயல்களுக்குத் தண்ணீர் போகிற கலுங்குக் கல்லின் மேல் இருவரும் உட்கார்ந்தார்கள். கால்களைக் கீழே தொங்கப்போட்டுக்கொள்வது சிரமமாக இல்லை. கால்களுக்கு வெகு பக்கத்தில் கீழே தண்ணீர் கிடந்தது. இரண்டு பேருக்குமே உள் மனசில் ஒரு பயம் இருந்து வந்தது; யாராவது தெரிந்தவர்கள் பார்த்துவிடுவார்களோ என்று. இரண்டுபேரும் பயந்துகொண்டே அந்தச் சூழ்நிலையின் அமைதியை ரசித்துக் கொண்டிருந்தார்கள். அவசரத்தோடு அந்த அமைதியை விரும்பிக்கொண்டிருந்தார்கள்.தான், இவ்வளவுதூரம் அவனோடு வந்ததே தப்பு என்கிறது போல கோமதிக்குத் தோன்றிற்று.

வண்ணநிலவன்

தன்னுடைய வீட்டுக்குத் தான் துரோகம் செய்வதாகப் பட்டது அவளுக்கு. அப்பா கடையில் கஷ்டப்பட்டுக் குடும்பத்துக்காக உழைத்துக் கொண்டிருக்கும்போது, தான் மட்டும் சந்தோஷத்தை அனுபவிப்பதைப் போல நினைத்து வருந்தினாள். போன சிறிது நேரத்துக்குள்ளாகவே அங்கே இருக்கவே அவளுக்குப் பிடிக்கவில்லை.

'நாம் போகலாமா?' என்று அவனைப் பார்த்துக் கேட்டாள். அவன் குழப்பத்துடன் அவளைப் பார்த்தான்.

'ஏன் உனக்கு இங்க இருக்கப் பிடிக்கலையா? உனக்குப் பிடிக்கலைன்னா வா, போகலாம்...' என்று அவளைவிட அவசரமாக அவன் எழுந்திருக்க முயற்சி செய்தான். உடனே அவள், 'உக்காருங்க, உக்காருங்க' என்று சொன்னாள். அவன் திரும்பவும் பழையபடியே உட்கார்ந்துகொண்டான்.

கோமதிக்கு இப்போது வீட்டைப் பற்றின ஞாபகங்கள் எல்லாம் மறந்துபோய்விட்டன. அவனுடைய நியாயம், அவனுடைய புரிந்துகொள்ளுதல் அவளை வெகுவாகப் பாதித்துவிட்டது. அவன் ரொம்பவும் உயர்ந்த மனுஷனாகத் தெரிந்தான். அவளுக்கு அவன், நேர்மை நிரம்பிய அமைதியான மனிதன். அவனுக்கு வேலை கிடைக்க வேண்டும். இப்போது போய்விட்டு வந்த இண்டர்வியூவில்கூட அவனுக்குக் கிடைக்க வேண்டும் என்று ஆசைப்பட்டாள். இந்த வேலை அவள் ஆசைப்படுகிறபடியே அவனுக்குக் கிடைக்குமா?

அவனுக்காகத்தான் எல்லாமே படைக்கப்பட்டிருக் கின்றன. தன்னந்தனியே அவனை நம்பிவந்துவிட்ட ஒரு பெண்ணோடு தவறுகளே செய்ய வாய்ப்பில்லாமல் இவ்வளவு நேர்மையாக, பண்புடன் நடந்துகொள்ளும் அவனுக்காக எல்லாம் உலகத்தில் இருக்கின்றன. இந்தக் குளம் அவனுக்குரியது. காலடியில் கிடக்கிற தண்ணீர் அவனுக்கென்றே தேங்கிக் கிடக்கிறது. பக்கத்தில், பின்புறமாய்ப் போகிற தச்சநல்லூர் ரோடு, அவன் போவதற்கென்று போடப்பட்டிருக்கிறது. இந்த ஊர், ரயில், டவுன் பஸ்கள், அப்பா வேலை பார்க்கிற கடை, இண்டர்வியூ நடந்த டிரெயினிங் ஸ்கூல் கட்டடம் எல்லாம், தன் அருகே அமர்ந்திருக்கிற இந்த நேர்மையும் கௌரவமும் உள்ள மனிதனுக்காக இருப்பதாகவே நினைத்தாள்.

அவனை விட்டுத் தான் வெகுதொலைவில் இருக்கிறோம் என்று நம்பினாள். எவ்வளவு பண்பாக நடந்துகொள்கிறான். இவனுக்குத் தன்னைவிட உயர்ந்த இடத்தில் – இந்த இடத்தில் அவள் மனசின் ஓட்டம் திடீரென்று தடைப்பட்டது. அவள் சற்று முன்னால் சென்ற உயரமான இடங்களையெல்லாம்

சரித்துக் கீழே தள்ளிவிட்டு, அவளை வந்து தஞ்சம் புகுந்தது. தன்னைவிட உயர்ந்த பெண் அவனுக்குக் கிடைப்பதை அவள் நிச்சயமாக உண்மையாகவே விரும்புகிறாளா என்பதில் அவளுக்கே சந்தேகம் ஏற்பட்டது. இதற்கு முன்னால் அவனுக்கே எல்லாம் சொந்தமாக வேண்டும் என்று தான் நினைத்தது அத்தனையுமே பொய்யாகத் தோன்றியது அவளுக்கு. திடீரென்று தான் வெகு கேவலமானவளாக ஆகிவிட்டதுபோல் இருந்தது. யாருக்கும் உண்மையாக நடந்துகொள்ளாத பெண்ணாகத் தன்னைப் பார்த்தாள்; குறிப்பாக, தன்னுடைய அப்பாவுக்கு. இதோ இந்த அருமையான மனிதனுக்குக்கூட தான் உண்மையாக இல்லாமல் இருக்கிறோம் என்று உணர்ந்தாள். இந்த ஊரிலேயே வெகு அற்பமானவள் தான் ஒருத்தி மட்டுமே. தான் மட்டுமே ஏராளமான பாவங்களைச் செய்துகொண்டு தண்டனைக்குத் தப்பி உலகில் வாழ்ந்து வருகிறோமென்று எண்ணி அளவற்றத் துக்கத்தை அனுபவிக்க ஆரம்பித்தாள். தனக்கு மிகக் கொடிய தண்டனை கிடைக்க வேண்டுமென்று நினைத்தாள். துக்கம் பெருக ஆரம்பித்துவிட்டது. அவள் புத்தி அவள் துக்கப்படுவதற்கான காரணங்களைத் தேடிச் சென்றது. அவற்றை நினைக்க நினைக்க அவளுக்குத் தாங்க முடியவில்லை; அழ ஆரம்பித்துவிட்டாள்; குனிந்துகொண்டே அழுதாள்.

அவன் அவளுடைய இந்தத் திடீர்ச் செயலின் விளைவிற்கு என்ன காரணம் என்று விளங்காமல் தவித்தான். விசும்பல் சத்தம் கேட்ட சிறிது நேரத்திலேயே அவளது அழுகை பல மடங்கு பெருகிவிட்டது. அவளுடைய பெயரை மாத்திரம் சொல்லிச் சொல்லிக் குழப்பம் அடைந்தவனாக, அவனுக்குத் தெரிந்த மிகக் குறைவான ஆறுதல் வார்த்தைகளில் அவளைத் தேற்றிக்கொண்டிருந்தான். அவளைத் தேற்றுவதற்குத் தனக்குச் சரியானபடி வார்த்தைகள் தெரியவில்லை என்று அவனுக்குப் பட்டது. இன்னும் ஏதோ சில முக்கியமான, ஆறுதல் சொல்வதற்குச் சரியான வார்த்தைகள் இருக்கின்றன. ஆனால் அவனுடைய துரதிருஷ்டம், அவை அவனுடைய நினைவிற்கே வரவில்லை. ஆனாலும் அவள் அழுதது அவனுக்கு ரொம்பவும் பிடித்திருந்தது.

அவள் அழுகையை உடனேயே நிறுத்திவிடக் கூடாதென்று கூட அவன் நினைக்க ஆரம்பித்தான். தனக்கு வெகு அந்நியோந்நியமாக உலகத்தில் உள்ள ஒரே நபர் இந்தப் பெண்தான், என்று அந்தச் சமயத்தில் தீர்மானமாக நம்பினான் அவன். எல்லாமே அவனுக்குத் துச்சமாகத் தெரிந்தன. நீண்ட நேரம் அழவேண்டும். தனக்கு முன்னால் வெட்கத்தை ஒழித்து விட்டு உண்மையாகவே அவள் அழுகிறாளே. அப்படியானால்

வண்ணநிலவன்

நிஜமாகவே கதைகளில் வருகிற பெண்களைப்போல, எவ்வளவு உயர்வானவள் என்று நினைத்தான்.

அவளும் அழுகையை அடக்க முயற்சிக்கவில்லை. அழ ஆரம்பித்தபோது இருந்த எண்ணங்கள், அழ ஆரம்பித்த சிறிது நேரத்திலேயே அவள் மனசைவிட்டு அகன்றுவிட்டன. திடீரென்று வாழ்க்கை வெகு சுலபமாகச் சிக்கலில்லாததுபோலத் தோன்றியது. அப்போதே அவள் அழுவதை நிறுத்திவிடலாம். அழுகையை ஆரம்பிக்கத் தோன்றிய தருணமும் காரணத்தின் வலுவும் மறைந்துவிட்டன. ஆனாலும் இது என்ன விசித்திரம் என்று அவளுக்குப் புரியவில்லை. அவள் இப்படி நினைத்ததை விசித்திரம் என்றுதான் சொல்ல வேண்டும். அவனுக்கு முன்னால் அழுவதை அவள் மனம் விரும்பியது. அவனையும் அவளையும் அந்த அழுகை இறுக்கமாகப் பிணைப்பதாக அவள் நினைத்தாள். இதுதான் இதுவரையும், இனிமேலும் தன் வாழ்நாள் பூராவும் தான் துய்த்த ஒரே ஒரு உண்மையான தருணமென்றும் பட்டது.

இதுபோல அவள் எத்தனையோ தடவை இதற்கு முன்னால் அழுதிருக்கிறாள் என்றாலும், அவனுக்கு முன்னால் அழுதது – ரொம்பவும் புதுசாக இருந்தது. சில தினங்களுக்கு முன்னால் பார்த்த ஒரு சினிமா படத்தின் நாயகியைப் போலத் தன்னை நினைத்துக்கொண்டு சந்தோஷப்பட்டாள்.

மெதுவாக அவளுடைய அழுகை ஓய்ந்துகொண்டிருந்தது. அவன் அவளிடம், அவள் அழுததுக்கான காரணங்களைக் கேட்டுக்கொண்டிருந்தான். அழுதவர்களிடம் அழுததுக்கான காரணங்களைக் கேட்டுத் தெரிந்துகொள்ள முயற்சிப்பதும் ஒரு வகையான ஆறுதல்தான்போல. ஆனாலும் அதை அவள் விரும்பினாளே! அவன் காரணங்கள் கேட்டுத் தெரிந்து கொள்ள வேண்டும் என்று ஆசைப்பட்டாளே! அவள் சொன்ன காரணம் வெகு சாதாரணமாகத்தான் இருந்தது. என்றாலும் அப்போது அக்காரணம் அவர்களுக்குப் போதுமானதாக இருந்தது. ‘எனக்கு என்னமோ போலத் தோணிச்சி. அதான், அழுதேன்’ – இதுதான் அவள் சொன்ன காரணம். இந்தக் காரணத்தைக் கேட்டு அவன் திருப்தியடைந்தான். தான் உண்மையை ஒளிக்காமல் அவனிடம் சொல்கிறோம் என்று அவளுக்கும் நிறைவாகத்தான் இருந்தது. அவள் சொன்னதில் எவ்வளவோ இருந்ததாக அவனுக்குப் பட்டது. மிக முக்கியமான விஷயத்தை, ஒரு பெண் தன்னுடைய மிக முக்கியமான அந்தரங்கத்தை, வேறு யாரிடமும் தெரிவிக்கக் கூச்சப்படுகிற பகுதியை அவனுக்கு மட்டும் காண்பித்துவிட்டதாக அவன் நினைத்தான். அவள் அப்போது சொன்ன சொற்களை எண்ணிப் பார்த்தால், மொத்தமே அந்தப்

பதில் நான்கைந்து சொற்களில் அடங்கிவிடும். மிகக் குறைவான வார்த்தைகளைக் கொண்ட பதில் அது. ஆனால், அதுபோல் தான் இதற்கு முன்பு ஒரு வார்த்தையைக்கூட கேட்டதில்லை என்று அவனுக்குப் பட்டது. தன்னுடைய இத்தனை ஆண்டு கால உலக வாழ்க்கையில் மிகவும் புதிய வார்த்தைகளைச் சொல்லித் தெரிந்துகொண்டது எவ்வளவு பாக்கியம் என்று நினைத்தான்.

எல்லாம் சந்தோஷமாக இருந்தது. அவர்களுக்கு உலகில் இருக்கும் ஒவ்வொரு பொருளின் தேவையும் அப்போது துல்லியமாகத் தெரிந்தது. அவர்களுக்கு முன்னே தேங்கிக் கிடக்கிற தண்ணீர், அக்கரையில் மரங்களுக்கு இடையே தெரிந்த வீடுகளின் சிவப்பான ஓட்டுக் கூரைகள், அந்தப் பகுதியிலிருந்து கேட்ட கோழிகளின் சத்தம், டவுன் பஸ்களின் எஞ்ஜின் உறுமல் எல்லாமே புதுசாக இருந்தன.

எதிர்க்கரையில் அடர்த்தியான மரங்களுக்கு ஊடே தெரிந்த ஓட்டுக்கை கூரை வீட்டைப் பற்றி அவள் நிறைய நினைத்துக்கொண்டிருந்தாள். அந்த வீட்டுக்குள் இப்போது எத்தனை பேர் இருப்பார்கள்? அவர்களுக்கு எந்தக் கஷ்டமும் வரக்கூடாது. அவர்கள் மிகவும் நல்லவர்கள். இவ்வளவு தூரத்தையும் கடந்து வந்து அந்தப் பக்கம் மேய்ந்துகொண்டிருக்கிற கோழிகளின் சத்தம் அபூர்வமான ஒன்றாகப் பட்டது அவளுக்கு. இனிமேல் கோழிச் சத்தத்தைக் கேட்காவிட்டால் தன்னுடைய வாழ்க்கையே சூன்யமாகி, தனிமையில் தவிக்க நேரிடும்போல அவள் பயந்தாள். அந்தக் கோழிகள் மேய்கிற போது கேட்ட சத்தம் அவளைக் கவர்ந்திருந்தது. அந்தக் கோழிகளை வளர்க்கிற அந்த வீட்டுக்காரர்களை அவள் – கோமதி – அன்போடு நினைத்தாள். அவர்களுடைய கை விரல்கள் எப்படியிருக்கும், அவர்களுடைய உடம்பிலிருந்து வீசுகிற வாடை இவற்றைப் பற்றியெல்லாம்கூட அவளால் நினைத்துப் பார்க்க முடிந்தது.

'கோமதி, வீட்டுக்குப் பொறப்படலாம். வா, உன் வீட்டில் உன்னைத் தேடுவார்கள்' என்று சொன்னான். அவள் சந்தோஷத்தோடு எழுந்துகொண்டாள். கலுங்குக் கல்லில் ஏறும்போது அவளேதான் ஏறினாள். இப்போது இறங்கும்போது அவனுடைய கையை அவளே பிடித்துக்கொண்டாள். அவளுடைய கை பட்டதும் அது சிவகாமி அக்காவுடைய கை போலவே இருந்தது அவனுக்கு. சிறிது காலம் தன்னைவிட்டு விலகியிருந்த ஒரு பெண்ணோடு தான் நடப்பதாகவே இருந்தது, அவளோடு நடப்பது. அவர்கள் இருவரும் தாமரைக் குளத்துப் பக்கம் சந்தடியான இடத்துக்கு வருகிறவரையிலும் அவள் அவன் கையை விடவில்லை.

9

கோமதி சுவாமி சன்னதியைப் பார்க்கத் திரும்பிப் போய்விட்டாள். அவளுடைய முகத்துக்கு நேரே காற்று வீசிக்கொண்டிருந்தது. வாழ்க்கையில் நலிவுற்ற அந்த ஏழைப் பெண் காற்றில், மார்பைப் பின்னுக்குத் தள்ளி, வளைந்த உடம்போடு போய்க்கொண்டிருந்தாள். பாப்பையாவோடு இன்னும் கொஞ்ச நேரம் இருந்துவிட்டு வந்திருக்கலா மென்று தோன்றியது.

தெப்பக்குளத்துப் பக்கம் வந்தபோது அவளுக்குப் பிடித்தமான 5ஆம் நம்பர் பஸ் மெதுவாக அவளைக் கடந்து போயிற்று. தெப்பக்குளத்தில் கோயில் படித்துறையில் மட்டும் நாலைந்து பேர் நின்றிருந்தார்கள். அவள் எப்போதும் துணி துவைக்கிற படிக்கல், படித்துறையின் வடபுறச் சுவரோரத்தில் கடைசிப் படியாக இருந்தது. அந்தக் கல்லை யாரும் உபயோகிக்காமல் இருந்தது கோமதிக்குச் சந்தோஷமாக இருந்தது. கோமதி, எப்போது அந்தத் தெப்பக்குளத்தைத் தாண்டிப் போக நேர்ந்தாலும், அவளுடைய படியைப் பார்ப்பாள். அந்தப் படிக்கல்லில் யாராவது சோப்புப் போட்டுக்கொண்டிருந்தால், அவள் மனத்துக்குக் கஷ்டமாகப் போய்விடும். அந்தப் படிக்கல்லில் என்ன இருக்கிறதென்று தெரியவில்லை. அந்தப் படித்துறை அவளுடைய சொப்பனத்தில்கூட எத்தனையோ தடவை வந்திருக்கிறது. தெப்பக்குளத்தில் எத்தனையோ படித்துறைகள் இருந்தன. ஆனாலும் மண்டபம் போட்ட படித்துறை அது ஒன்றுதான் அந்தப் படித்துறையை அவள் எப்போது தேர்ந்தெடுத்தாள் என்று சொல்வது ரொம்பவும் கடினமானது. எல்லா விஷயங்களையும் மனம் ஏதோ ஒரு பிரீதியான, மிகவும் உவப்பான தருணத்தில்தான் தேர்ந்தெடுத்துக்கொள்கிறது.

அவளுக்குச் சரியாகச் சடைப் பின்னல் போட முடியாத ஒரு காலத்தில் நடந்த ஒரு விஷயம் அது. தாமரைச் செடியிலிருந்து சண்முகத்து அத்தையும் மாமாவும் திருநெல்வேலிக்கு ஆனித் திருவிழா பார்க்க வந்திருந்தார்கள். அன்று காலை லேசான தூறல் போட்டிருந்தது. கோயில் வாசல் பஸ் ஸ்டாப்பில் இறங்கித் தூறலில் நனைந்துகொண்டே இருவரும் வந்து சேர்ந்தார்கள்.

ஆனித் திருவிழா நேரத்தில் திருநெல்வேலியிலுள்ள பிள்ளைமார் வீடுகளில் எல்லாம் இட்லிக்குப் போட ஆரம்பித்து விடுவார்கள். சண்முகத்து அத்தை ஊரிலிருந்து வந்த அன்றைக்கு, அவள் கோமதியைக் கூட்டிக்கொண்டு தெப்பக்குளத்து மண்டபத்துப் படித்துறைக்கு வந்து குளித்தாள். காலையில் இட்லி பலகாரம் ஆன பிறகு பத்து மணி சுமாருக்கு ஒரு உல்லாசமான வெய்யில் வரும். அந்த வெயில் குளிக்கிறதுக்கு ஏற்ற அபூர்வமான விதத்தில் இருக்கும். அந்த நேரத்தை சண்முகத்து அத்தை ஏன் தேர்ந்தெடுத்தாள் என்று நிச்சயமாகத் தெரியவில்லை. அவள் கிராமத்திலிருந்து வந்த எளிமையான, கோமதியின் அம்மாவைப் போன்ற ஒரு பெண்தான்; என்றாலும் அவள் மனசிலும் வாழ்க்கையைக் குறித்த, மனசுக்குப் பிரீதியான சில அனுபவங்களைத் திரும்பவும் தருவித்துப் பார்க்கிற நுட்பம் எப்படியோ இருந்தது.

அதற்கும் முன்னால்கூட கோமதி அந்த மண்டபத்துப் படித்துறையில் குளித்திருக்கிறாள்; என்றாலும், சண்முகத்து அத்தையுடன் குளித்த பிறகு அந்தப் படித்துறையின் பேரில் ஒரு பிடித்தம் ஏற்பட்டுப் போயிற்று என்று சொல்ல வேண்டும்.

கீழப்புதுத் தெரு முக்கில் அவள் திரும்பியபோது, வடுவக்குடித் தெருவிலிருந்து பார்வதி டாக்கீஸ் சினிமா வண்டிகள் மூன்று திரும்பிவந்துகொண்டிருந்தன. இந்த இண்டர்வியூவில் வேலை கிடைக்குமோ கிடைக்காதோ தெரியவில்லை. இது ஒருபுறம் இருந்தாலும் அன்று சினிமாவுக்குப் போக வேண்டும் என்று தோன்றியது அவளுக்கு.

கல்லத்தி முடுக்குத் தெரு கொஞ்சம் வளைவான தெரு ஒடுக்கமானதும் கூட. மற்ற தெருக்களைப் போலவே அந்தத் தெருவிலும் வீடுகளும் வீடுகளில் மனிதர்களும் இருந்தனர். ஆனாலும் அந்தத் தெரு வெகு சில நேரங்களில் தவிர, அனேகமாக எப்போதும் ஆள் நடமாட்டமின்றியே கிடக்கும். கீழ்ப்புதுத் தெரு முக்கில் திரும்பும்போது மீரான் சைக்கிள் கடையில் மணி பார்த்தாள். அப்போது இரண்டரைக்கு மேல் ஆகியிருந்தது. இண்டர்வியூ முடிந்து வெளியே வரும்போது பன்னிரெண்டுகூட இருக்காது.

அந்த இரண்டு மணி நேரமும் எப்படித்தான் அத்தனை வேகமாகக் கழிந்து போய்விட்டது? அம்மாவிடம் பாப்பையாவைப் பார்த்ததைப் பற்றிச் சொல்ல வேண்டுமா, சொல்ல வேண்டாமா? சங்கரன் பிள்ளை சித்தப்பா வீட்டு பாப்பையாவைப் பார்த்தேன் என்பாளா அல்லது பாப்பையாவைப் பார்த்தேன் என்று சொல்வாளா? அம்மாவுக்கு எப்படி சொன்னாலும் புரியம். ஆனால் சொல்லும்போது முகத்தைச் சாதாரணமாக வைத்துக்கொண்டிருக்க வேண்டும் என்பதுதான் வெகு முக்கியமானது. கழுத்தில் கிடந்த கருமணிப் பாசியைத் திருகிக் கொண்டே தெருவோரமாகப் போய்க்கொண்டிருந்தாள். வெய்யில் அடிக்க ஆரம்பித்திருந்தும்கூட மழை பெய்த ஈரம் இன்னும் காய்ந்திருக்கவில்லை. பாதித் தெருவுக்கு மேல் கடந்துவிட்டாள். இன்னும் அந்தத் தெருவில் அவளைத் தவிர வேறு ஆட்கள் யாரும் வரவில்லை. நாயுடு வீட்டைத் தாண்டிப் போகும்போது மட்டும் யாரோ ஒரு பெண் தெருவில் இறங்கிச் சிறிது தூரம் போனவள் அவசர அவசரமாகத் திரும்பி நாயுடு வீட்டுக்குள்ளேயே போய்விட்டாள். சில வீட்டு ஜன்னல்களைத் தாண்டும்போது வீட்டிலுள்ள பெண்கள் அல்லது சாப்பாட்டுக்கு வந்திருந்த ஆண்களின் பேச்சுக் குரலோ முகமோ தெரிந்தது. கீழரத வீதியிலிருக்கிற கந்த விலாஸ் ஜவுளிக் கடையில் வேலை பார்க்கிறது இரண்டு சின்னப் பையன்கள் ஒருவரோடு ஒருவர் எசலித்துக்கொண்டே, கல்லத்தி முடுக்குத் தெரு முனையில் நுழைந்த இவளைப் பார்க்காமலேயே ஒன்றுக்குப் போக உட்கார்ந்துவிட்டார்கள். அப்போதும்கூட அவர்களுக்குள் தகராறு தீர்ந்தபாடில்லை. நல்ல வேளையாக கோமதிக்கு வீடு வந்துவிட்டது.

10

சங்கரன் பிள்ளையுடன், காசுக் கடை திருநாவுக்கரசு, தென்னம் பிள்ளைத் தெரு குமாரர் ஸ்டோர்ஸ் வீட்டு நவநீத பாண்டியன் இவர்களைத் தவிர, திருத்து ஊரைச் சேர்ந்த மாப்பிள்ளைத் தேவரும் கம்பாநேரி திருக்கல்யாண மண்டபத்திற்குள் சீட்டு ஆடிக்கொண்டிருந்தனர். மேலச்சுவரோரமாக புல்லுக்குள் உட்கார்ந்து ஆடிக்கொண்டிருந்தார்கள். ரோட்டில் போகிறவர்கள் கண்ணில் படாத இடம் அதுதான். மேலும் மண்டபத்தைக் கவனித்துக் கொள்கிற ராமலிங்கப் பண்டாரத்துக்குச் சில்லறையைக் கொடுத்து முன்பக்க கேட்டைச் சாத்திப் பூட்டிக்கொண்டு போய்விடும்படியும் ஏற்பாடு செய்திருந்தார்கள். பண்டாரம் இனிமேல் சாயந்திரம் நாலுமணிக்கு மேல்தான் வருவார்.

சங்கரன் பிள்ளை, அன்றைக்கு நினைத்து வந்ததே வேறு. காலையில் தூங்கி விழித்தபோது, அவர் தலைமாட்டில் இருந்த முருகன் படத்துக்கு செளந்திரம் போட்டிருந்த சரம் கீழே விழுந்து கிடந்ததுதான் அவர் கண்ணில் முதன்முதலாகப் பட்டது. அன்றைக்கு ஏதோ நல்லது கண்டிப்பாக நடக்குமென்று நம்பினார். சேரகுளம் பண்ணையாரை நிலுவை விஷயமாகப் போய்ப் பார்த்துவிட்டு வரலாமென்று போனவர் திரும்பி வரும்போது, திருத்து தேவரும் திருநாவுக்கரசும் பஸ் ஸ்டாண்டில் பேட்டை பஸ்ஸில் ஏறப் போனார்கள். இவர் வருகிறதைப் பார்த்துவிட்டு இருவருமே திரும்ப இறங்கி நின்றுகொண்டு, 'என்ன அண்ணாச்சி உங்களை வீட்டுக்கில்லா போய்ப் பாத்துட்டு வாரோம். பஸ்ஸுல ஏறுங்க... இன்னைக்கிக் கம்பாநேரி திருக்கல்யாண மண்டபம்... நம்ம நாடார் நேத்தே தீக்குச்சித் தொந்தரவு இருக்கு அது இதுன்னு தாக்காட்டினாரு... ஏறுங்க... ஏறுங்க பஸ்

பொறப்படப் போவுது...' என்று அவரை மேலே பேசவிடாமல் அமுக்கிவிட்டார்கள் ஒரேயடியாக.

சட்டைப் பையில் அதிகம் பணமில்லை. இருபத்தைந்து ரூபாயோ என்னவோதான் இருந்தது. பஸ்ஸில் ஏறியதுமே, 'அடடா இப்படித் தெரிஞ்சிருந்தா சௌந்திரத்துக்கிட்டேயே கூடப் பத்து இருவது பொறட்டிட்டு வந்திருக்கலாமே' என்று யோசித்தார். திருத்து தேவர்தான் டிக்கெட் எடுத்தார்.

'என்ன அண்ணாச்சி ஒரே யோசனையா இருக்கியோ...' என்றான் பக்கத்தில் உட்கார்ந்திருந்த திருநாவுக்கரசு. அவன் ஏதோ புது செண்ட் போட்டிருந்தான்போல. அவன் காதுக்குள் சுருட்டி வைத்திருந்த பஞ்சை அண்ணாந்து பார்த்தார் சங்கரன் பிள்ளை. செண்ட் பொதுமிப்போய்ப் பஞ்சுபூராவும் ஒரே மஞ்சளாக இருந்தது.

'வேற ஒண்ணுமில்ல . . . நீங்க இன்னிக்கிக் கை போடுவியன்னு தெரிஞ்சிருந்தா வீட்டுல கூடப் பத்தஞ்சு பொறட்டியிருப்பேன்... அந்தானிக்கிப் புடிச்சி இளுத்துட்டு வந்திட்டீயளப்பா...'

'என்ன அண்ணாச்சி ஒங்ககிட்டே இல்லாத மணியா?... சேப்புல கை விட்டா நூறு ரூவாத் தாளா சத்தங் கேக்குது...' என்றார் திருத்துத் தேவர்.

'அடப் போடா...! அதெல்லாம் மேல ரத வீதிக் கடை இருந்த காலம். இப்ப ஒரு ரூவாத் தாளே பொரள மாட்டேங்குது... நீ மானாப் புள்ளிக்காரன்... மோட்டார் சைக்கிளைத் தூக்கிக்கிட்டு அங்கன உள்ள ஐயமாருகள நாலு மொரட்டு மொரட்டுனா ஒரு பத்து, நூறு பொறண்டுரும்... நான் மொறட்டுனா இந்தச் சூரிப்பயகூட மதிக்கமாட்டான்...' என்றார்.

'அது யாரு சூரி?'

'வேற யாரு... நம்ம கல்யாணி மொதலாளி தியேட்டர்ல மிஷின் ஓட்டுதான அவன்தான்...' என்று திருத்துதேவரைப் பார்த்துச் சொன்னான் திருநாவுக்கரசு. அதற்குள் சங்கரன் பிள்ளைக்கு யோசனை எங்கோ போய்விட்டது.

'அண்ணாச்சி ஒங்க ரெண்டாவது சம்சாரம் முன்ன மாதிரி தாட்டிக்கமா இல்ல போலியே... பாத்து ரொம்ப நாளாச்சா... இன்னைக்கித்தான் பாத்தேன்... உங்க ரெண்டுபேரையும் எப்பவோ ஜங்ஷன் பஸ் ஸ்டாண்டுல வச்சுப் பாத்தது... அவுகளுக்கு ஒடம்பு ரொம்ப விட்டுப் போயிட்டுதுபோல... ஏ, திருநாவு நீ அந்த அம்மாவ அவுக பிராயத்துல பாத்திருக்கியா?...'

என்று சங்கரன் பிள்ளையைப் பார்த்துப் பேசிக்கொண்டிருந்தவன், பக்கத்தில் திரும்பி, திருநாவுக்கரசுவைப் பார்த்துக் கேட்டான்.

'தெரியாது...' என்று சாதாரணமாகப் பதில் சொன்னான்.

'நீ எங்கடா பாத்துருக்கப் போற?' என்று சொல்லிவிட்டுச் சிரித்தான். பக்கத்தில் இருந்த வயசாளி ஒருத்தர் அவனைப் பார்த்துவிட்டுத் திரும்பிக்கொண்டார். பஸ் தடி வீரன் கோவில் தெருவைத் தாண்டிவிட்டது.

'நாடார்தான் மாமூல் குடுப்பாரேடே . . . அப்புறம் என்னப்பா தீக்குச்சிக்காரனுக தொந்தரவுங்கிய?' என்று திடீரென்று கேட்டார் சங்கரன் பிள்ளை.

'அண்ணாச்சி நீங்க இந்த ஆள லேசுப்பட்ட ஆளுன்னு நெனச்சுக்கிடாதீய . . . நம்மகிட்டே இதுக்குன்னே தனியா அடிச்சுப் புடிச்சு வாங்கிக்கிடுதாரு . . . ஆனா வாறவனுக யாருன்னு நினைக்கியோ? பூட்ஸூல பென்சிலச் சொருகிக்கிட்டு வாற ஏட்டையா... மாதிரிச் சில்லறையாளுவதான... இவங்க எஸ்.ஐ.க்கிக் கொண்டு குடுத்ததும் குடுக்காததும் ஆருக்குத் தெரியும்கிறீயோ?' என்றான் திருநாவுக்கரசு.

'அப்பம், மத்தக் கைகள்லாம்?...'

'வேற ஆரு? இந்தத் துண்டன் தொண்டனுவதான்? அவனுவளுக்குக் குத்த வச்சு வெளையாண்டே பழக்கம்... இன்னைக்கில்லா அவனுவ மீசயத் திருகிக்கிட்டு அலையுதானுவ... ஒங்கள மாதிரி ஆளுக எல்லாம் முனிசிப்பாலிட்டியே வேண்டாம்னுட்டுத் தூர ஒதுங்கப் போயித்தான் இந்தப் பலவட்டரை நாயிகள்ளாம் உள்ள நொளஞ்சிட்டுதுக . . . அவனுகளுக்கு எடமா இல்ல ஆடறதுக்கு? கக்கூஸ்க்குள்ளகூட உக்காந்து சீட்டப் போடுவானுக...'

'ஏய்... நாம இந்த ஏழூவழி நாடார் இப்பிடிப் பண்ணப் போயில்லாடா இப்பிடி கம்பாநேரி மண்டபத்துக்கு ஓடுதோம் . . . இல்லைன்னா ராசாக்க மாதிரி நாக்காலி போட்டுல்லா இருந்து ஆடிக்கிட்டிருப்போம் . . .' என்றான் திருநாவுக்கரசு.

சங்கரன் பிள்ளை ஆட்டத்தைப் பற்றி நினைக்க ஆரம்பித்து விட்டார். அவர்கள் பேசிக்கொண்டது எதுவுமே காதில் விழவில்லை. 'இந்தப் பயல்கள் ரெண்டு பேரும்... பேச்சைப் பார்த்தால் ரொம்பச் சொதையோடு வந்திருக்கிற மாதிரிதான் இருக்கிறது. ஏதாவது கொஞ்சமாவது தேறினால் இந்தத் தீர்வையாவது கட்டலாம்.'

அதற்குள் காட்சி மண்டபம் வந்துவிட்டது. கண்டக்டர், திருத்து தேவருக்குத் தெரிந்த பையன்போல. மண்டபத்துக்கு முன்னாலேயே பஸ்ஸை நிறுத்தி இறக்கிவிட்டான். வாசலில் வேட்டியை மடித்துக் கட்டிக்கொண்டு நின்ற நவநீத பிள்ளையைப் பார்த்ததும், 'அடடே . . .! அண்ணாச்சியவும் புடிச்சிட்டீயளா ?... அப்பம் இன்னைக்கிச் சரியான கைதான்னு சொல்லுப்பா . . .' என்றான்.

ஏற்கெனவே தகவல் கொடுத்திருந்த பிரகாரம், பண்டாரம் இவர்களை உள்ளே விட்டுப் பூட்டிக்கொண்டு போய்விட்டார். திடீரென்று ஏதாவது வம்பு தும்பு வந்துவிட்டால் ஓடுகிறதுக்குத் தோதுவாக இருக்கட்டுமென்றுதான் மேலச்சுவரோரத்தைத் தேர்ந்தெடுத்தார்கள். அந்த இடத்தில் ஒரு பெரிய கல் கிடந்தது. அதில் ஏறினால் சுவர் எட்டிவிடும். இந்த ஏற்பாட்டைச் செய்தவன் திருநாவுக்கரசுதான்.

விளையாட உட்காரும்போதே சங்கரன் பிள்ளை, 'ஏ, பாவிப் பயலுவளா . . . கடைசியில கோயிலுக்குள்ளேயே ஆடவந்திட்டியளடா . . . ஆட்டக் கடிச்சு, மாட்டக் கடிச்சு, மனுசனக் கடிச்ச கதையில்ல...' என்றார்.

'போங்க அண்ணாச்சி... கோயிலாவது சாமியாவது... இது கருப்புச் சட்டக்காரனுவ காலம் . . . சத்தம் போட்டியன்னா சாமி, சாத்தா இருக்குன்னு சொல்லுதாருன்னு உள்ள தள்ளிப் போடுவான்...' என்றார் திருத்துத் தேவர்.

பிறகு, விளையாடிக்கொண்டிருக்கும்போதுகூட அவருக்கு அந்த ஞாபகம் போகவில்லைபோல...

'ஏ, கேளுங்கடே . . . அந்தக் காலத்துல எங்க அய்யாவப் பெத்த ஆச்சி இருக்கையில... அவ காவேரி அம்மன வச்சுப் பூச பண்ணுவா. திருக்கல்யாணத்து அன்னைக்கி இங்க வந்து குளுச்சு முழுகிட்டுப் பூச பண்ணுவா. அவகூட நானும் வந்திருக்கேன்' என்றவர் தன்னுடைய ஆட்ட முறைக்காகக் கொஞ்சம் நிறுத்தும்படியாகிவிட்டது. அப்போது ஆட்டம் வெகு மும்முரமாகிவிட்டிருந்தது. தன்னிடம் இருந்த இருபத்தைந்து ரூபாய் போக திருத்துக்காரரிடம் இருபத்தைந்து வாங்கி அதையும் விட்டுக்கொண்டிருந்தார் சங்கரன் பிள்ளை. அவர்கள் அவர் சொன்னதைக் கேட்டார்களா இல்லையா என்று சொல்லுவது கடினம். அவரும் அவர்கள் கேட்க வேண்டுமென்று நினைத்தாரா என்றும் தீர்மானமாகச் சொல்ல முடியாது. சீட்டு விளையாட்டில் பேச்சு என்பது ஒரு விசித்திரமான அம்சம். விளையாட்டுக்கு நடுவே பேசுகிறவன் அக்கறையோடு

பேசுகிறானா, கேட்கிறவன் அக்கறையோடு கேட்கிறானா என்பதை யாராலும் முடிவு செய்யவே முடியாது. இந்தப் பழக்கம் ரொம்ப காலமாகவே அந்த விளையாட்டில் இருந்து வருகிறது. விட்ட இடத்திலிருந்து சொல்ல ஆரம்பித்தார் சங்கரன் பிள்ளை.

'ஏய்... இவ்வளவு பேசுதியளடா... இந்த எடத்துக்குக் கம்பா நேரின்னு எதுக்குப் பேர் வந்ததுன்னு சொல்லுங்களண்டா, என்று கேட்டுவிட்டுச் சீட்டைப் போட்டார். அவருக்கு ஒருத்தரும் பதில் சொல்லவில்லை. பிறகு அவரே ஞாபகமாக ஆரம்பித்தார்.

'அந்தா அந்தாப்பல இருக்குதே குட்டி மைய மண்டபம்...'

திருநாவுக்கரசு மட்டும் அந்தப் பக்கம் திரும்பிப் பார்த்து விட்டு, ஆச்சரியமே படாதவனைப் போல விளையாட்டைப் பார்க்க ஆரம்பித்தான்.

'...ஓங்களுக்கெங்கன தெரியப் போவுது?... அந்தக் காலத்துல... பாண்டியராசா காலத்துல இந்த வழியாத்தான் கம்பா நதின்னு ஒரு ஆறு போச்சாம். பின்னாடி எப்படியோ அந்த ஆறு நின்னு போச்சு. அந்த ஞாபகத்துக்குத்தான் அந்தக் குட்டி மைய மண்டபம் இருக்குது... அந்த மண்டபத்துக்குக் கீழ பாத்தியன்னா கசங் கணக்கா தண்ணி கெடக்கும்...'

11

சௌந்திரம் எழுந்து விளக்கைப் போட்டுவிட்டுக் கடிகாரத்தைப் பார்த்தாள். மூன்று மணி ஆகியிருந்தது. தலையில் ஏதோ கடிக்கிறமாதிரி இருந்தது. அறை வீட்டு நிலைக்கம்பையின் மேல் வைத்திருந்த பேன் சீப்பை எடுத்துக்கொண்டு வந்து திரும்பவும் படுக்கையில் உட்கார்ந்துகொண்டாள். தலையை அவிழ்த்துப் போட்டு வார ஆரம்பித்தாள்

சங்கரன் பிள்ளை நேற்றுக் காலையில் போனவர் இன்னும் திரும்பவில்லை. சௌந்திரத்துக்கு அது ஒன்றும் புது விஷயமில்லை. சில வேளைகளில் பாளையங்கோட்டைக்குப் போனால் அங்கே வீட்டிலேயே படுத்துக்கொள்வார். கல்யாணியா பிள்ளை கூப்பிட்டார், கன்னியாகுமரிக்குப் போனேன், திருவனந்தபுரத்துக்குப் போனேன் என்று மூன்று, நான்கு நாட்கள் கழித்துக்கூட வந்திருக்கிறார்.

நேற்றுச் சாயந்திரம் ஆராம்புளியிலிருந்து சுடலி வந்துவிட்டுப் போனது முதல் சௌந்திரத்துக்கு ஒரே யோசனையாக இருக்கிறது. 'நாச்சியாரே!' என்று சொல்லிக்கொண்டே வந்து சௌந்திரத்துடைய கைகளைப் பிடித்துக்கொண்டாள் சுடலி.

ஆராம்புளியை விட்டுப் புறப்பட்டு வந்த பிறகு சௌந்திரம் சுடலியைப் பார்க்கவே இல்லை. ஆராம்புளியில் இருந்தபோது சுடலியும் மேலத் தெரு தங்கத்தக்காவும்தான் சௌந்திரத்துக்கு ஸ்நேகிதிகள் என்று சொல்ல வேண்டும். சௌந்திரத்துக்குப் பெருமழுஞ்சி. சௌந்திரத்தின் தகப்பனார் ரைஸ்மில் வைத்து நடத்தி வந்தார். சௌந்திரத்துக்கு நேரே மூத்த அக்கா ஒருத்தியும்தான் அவருக்குப் பிள்ளைகள். சௌந்திரத்துடைய அக்காவை வடக்கே சேத்தூரில் கொடுத்திருந்தது. சௌந்திரத்தைப் போல என்று சொல்ல முடியாவிட்டாலும், அவளுக்குக் கொஞ்சம்

பேச்சு அதிகம். ஆண் பிள்ளைகளோடு பழக்கமும் கொஞ்சம் ஜாஸ்தியாக இருந்தது. இது அந்தக் காலத்து விஷயம்; மற்றபடி ஏடாகூடமாக சௌந்திரத்தைப் பற்றிச் சொல்லிவிட முடியாது.

சேத்தூருக்கு அக்கா வீட்டுக்குப் போயிருந்தவளை அத்தான் சம்பந்தம் பிள்ளை, 'சௌந்திரா இங்கே கொஞ்ச நாள்தான் இருக்கட்டுமே... இவள் வடிவுக்கும் ஒரு துணையா இருக்கும்...' என்று சொல்லிப் பொங்கல்படி கொடுக்கப் போன மாமனாரையும் மாமியாரையும் சமாதானப்படுத்தி அனுப்பிவைத்துவிட்டார். பெருமழஞ்சியில் வயதுக்கு வந்த பெண்களை வெளியே அழைத்துக்கொண்டு போகிறதே பெரிய விஷயம். ரெங்கையா பிள்ளை கொஞ்சம் தயங்கத்தான் செய்தார் முதலில். இருந்தாலும் மாப்பிள்ளை, குறிப்பாக சேத்தூர் ஜமீன் மானேஜர் குடும்பத்துப் பிள்ளை அவர். அவரே கேட்கிறபோது மறுத்துச் சொல்ல முடியுமா என்ன? பெருமழஞ்சியில் சௌந்திரத்தை விட்டுவிட்டு வந்ததை யாரும் அவ்வளவு பெரிதாக எதிர்ப்புச் சொல்லிவிடவில்லை. ஆனால் துருவித் துருவிக் கேட்டுத் தெரிந்துகொண்டார்கள்.

ஒரு மாதம், இரண்டு மாதமென்று ஆகி ஐந்தாவது மாதமும் ஆகிவிட்டது. கார்த்திகைக்கு முன்னால் சேத்தூரிலிருந்து வடிவு ஒரு லெட்டர் போட்டிருந்தாள். 'சௌந்திரத்தையும் கல்யாணம் செய்துவை என்று அத்தான் என்னை ரொம்பவும் தொந்திரவு செய்கிறார்கள். சௌந்திரத்தை நான் கேட்டபோது அவள் ஒன்றும் சொல்லவில்லை. அவளுக்கும் இதில் ஆசை இருக்கும் போல. மேலும் இங்கே வீட்டில் வேலைக்காரர்கள் மத்தியில் அரசல் புரசலாகப் பல மாதிரியான பேச்சு இருக்கிறது. எனக்கு ஒன்றும் யோசனை தோன்றவில்லை. அத்தான் மீதும் எனக்குக் கோபம் கிடையாது. நீங்கள் இவ்விடம் வந்திருந்து இது விஷயமாக அத்தானைக் கலந்து ஆலோசித்துவிட்டுப் போவது பல விதத்திலும் நல்லதென்று படுகிறது. மாமாவுக்கும் அத்தைக்கும் கூட இந்த விஷயம் தெரியும்போல' என்று வடிவு எழுதியிருந்தாள்.

இந்த லெட்டர் வந்த ஒரு மாதத்துக்கெல்லாம் ஆராம்புளி மாப்பிள்ளைக்கும் சௌந்திரத்துக்கும் கல்யாணம் நடந்தது. ரெங்கையா பிள்ளை, நாளை எண்ணிக் காரியத்தை முடித்து விட்டார்.

கல்யாணமாகிப் போயிருந்தாலும் ஆராம்புளிக்கும் பெருமழஞ்சிக்கும் வித்தியாசமே தெரியவில்லை சௌந்திரத்துக்கு. ஆனால் ஒரே ஒரு பெரிய வித்தியாசம் இருந்தது. பெருமழஞ்சியில் ஆறு கிடையாது. ஆராம்புளியில் ஆறு இருந்தது. இதைத் தவிர குறிப்பிட்டுச் சொல்லும்படியாக ஆராம்புளியில் ஒன்றுமில்லை.

பெண்களுக்குத் தருகிற வேலைகளைத்தான் ஆராம்புளியில், கணவன் வீட்டிலும் செளந்திரத்துக்குக் கொடுத்தார்கள். பாத்திரங்களைத் துலக்குவது, சமையல் செய்வது முதலான வற்றைச் செளந்திரம் செய்து வந்தாள்.

எவ்வளவுதான் தாழ்ந்த குலத்தில் பிறந்திருந்தாலும்கூட எல்லாப் பெண்களுக்கும் ரொம்பவும் அந்நியோன்னியமான ஒரு சிநேகிதி தேவைப்படுகிறாள் என்பது செளந்திரத்தின் விஷயத்திலும் நிரூபிக்கப்பட்டுவிட்டது. ஆராம்புளி கணக்கப் பிள்ளை வீட்டிற்கு வெளுத்துவந்த சுடலிக்கு மேற்கண்ட பெருமை கிடைத்தது. வாரத்தில் ஒரு தடவை அழுக்கு எடுக்க வருவாள் சுடலி. வருகிறபோதெல்லாம், கணக்கப் பிள்ளை வீட்டை விட்டுக் கிளம்பக் குறைந்தது இரண்டு மூன்று மணி நேரமாவது ஆகும். புறவாசல் வழியாக வந்து, தொழுவத்தில் குத்த வைத்துக் கொண்டே செளந்திரத்துடன் பேசிக்கொண்டிருப்பாள் சுடலி. சுடலியை செளந்திரம் முதல்முதலாகப் பார்த்தபோது சுடலி உண்டாகியிருந்தாள். ஒருவேளை அவர்களுக்குள் இதுபோன்ற அபூர்வமான பிணைப்பு ஏற்படுகிறதுக்கு அந்தக் குழந்தை காரணமோ என்னவோ? ஆனால் அந்தக் குழந்தைக்கு மாந்தம் கண்டு நாலாவது மாதத்திலேயே செத்துப்போய்விட்டது.

'சங்கரன் பிள்ளையோடு போகப் போகிறேன்' என்று ஆராம்புளியில் வைத்து செளந்திரம் முதல்தடவையாகத் தன் ஸ்நேகிதியான சுடலியிடம் சொன்னபோது சுடலி, 'யோசித்துப் பண்ணும் நாச்சியாரே' என்று மட்டும் சொன்னாள்.

நீண்ட காலத்துக்குப் பிறகு சுடலியைப் பார்த்ததும், இரண்டு பேருமே கொஞ்ச நேரத்துக்கு ஒன்றுமே பேசவில்லை. நீண்ட இடைவெளிக்குப் பிறகு சந்திக்கிற மனிதர்கள் வழக்கமாக நடந்து கொள்கிறபடியே இருவரும் நடந்துகொண்டார்கள். அதன் பிறகுதான் சுடலி, ஆராம்புளியில் செளந்திரத்தின் புருஷன் ரொம்பவும் முடியாமல் கிடக்கிறதாகவும், தன்னைவிட்டு செளந்திரத்தைக் கூட்டிக்கொண்டு வரச் சொன்னதாகவும் சுடலி சொன்னாள். கால், கையெல்லாம் வீங்கிப்போய்விட்ட தென்றும் சொன்னாள். உறவுக்கார மனிதர்கள் எல்லோரும் வந்து கூடிவிட்டார்கள் என்றாலும், உண்மையான அக்கறையுள்ள ஆட்களைக் காணோம் நாச்சியாரே என்றும் சொன்னாள். சுடலிக்கு செளந்திரத்தைவிட இரண்டு, மூன்று வயதுதான் அதிகமிருக்கும் என்றாலும், ஆள் ரொம்ப உடைந்துபோய், ரொம்ப கிழவியாகிவிட்டாள். ராத்திரி சரியாகக் கண் தெரியவில்லை. 'இருட்டுகிறதுக்குள் பஸ் ஏறிவிட்டால் ஊருக்குள் எப்படியாவது போய்விடுவேன்' என்று சொல்லிவிட்டுச் சாயந்திரமே புறப்பட்டு விட்டாள். செளந்திரம் எவ்வளவோ சொல்லியும் கேட்கவில்லை.

சௌந்திரம் அன்று ராத்திரியாவது அவள் இருந்து விட்டுப் போகவேண்டி ரொம்பவும் விரும்பினாள்.

சுடலி போன பிறகு சௌந்திரத்துக்கு ஒன்றுமே ஓடவில்லை. பட்டகசாலையிலேயே எவ்வளவோ நேரம் உட்கார்ந்துகொண்டிருந்தாள். சம்பந்தா சம்பந்தமில்லாமல் போனது வந்ததையெல்லாம் நினைத்துக்கொண்டிருந்தாள். முதல்தடவையாகத் தான் இப்படி சங்கரன் பிள்ளையோடு வந்திருக்கவே கூடாதோ என்று தோன்றிற்று. போனதைப் பற்றி யோசித்து என்ன செய்ய முடியும்? ராத்திரி சங்கரன் பிள்ளை வந்துவிடுவார். வந்ததும் அவரிடம் சொல்லிவிட்டுக் காலையில் ஆராம்புளிக்குப் போய்ப் பார்த்துவிட்டு வந்துவிடலாம் என்று பார்த்தாள்.

ராத்திரி வெகுநேரம்வரை தூக்கமே வரவில்லை. விளக்கு பூஜை பண்ணுகிற வழக்கம் சௌந்திரத்துக்கு உண்டு. வாசல் படியில் பண்டாரத்தி வைத்துவிட்டுப் போன விளக்குச் சரம் அப்படியே இருந்தது. எதிர்த்த வீட்டு நீலா கூட 'என்ன ஆச்சி ஒடம்புக்குச் சொகமில்லையா?' என்று கேட்டுவிட்டுப் போனாள். அவள் சிறு பெண். அவளிடம் என்ன சொல்ல முடியும்?

செகண்ட் ஷோ முடிந்து தெருவில்கூட நடமாட்டம் ஓய்ந்துவிட்டது. தூக்கம் வராமல் லைட்டைப் போட்டுக் கொண்டு தன்னையே எதிரும் புதிருமாகப் பாவித்துக்கொண்டு, பாம்புக் கட்டத்தை எடுத்துவைத்து ஆடிக்கொண்டிருந்தாள். யாரோ,'அண்ணாச்சி அண்ணாச்சி' என்று கூப்பிடுகிறது கேட்டது.

அடுக்களை ஜன்னலைத் திறந்துகொண்டு அங்கணக் கல்லில் காலை வைத்து ஏறிப் பார்த்தாள். குற்றாலம் சீசன் துண்டைத் தலையில் கட்டிக்கொண்டு ஒரு ஆள் நிற்கிறது போலத் தெரிந்தது.

'யாரு?' என்றாள்.

'என்ன மதினி... நான்தான் மதினி... சூரி... அண்ணாச்சி இல்லையா?'

'நானும் அவுஹளைத்தான் காணலியேன்னு பாத்துக்கிட்டு இருக்கேன். ஓங்க கொட்டகைக்கி அவுஹ வரலையா...? காலம்பற சேரகொளம் பண்ணையாரப் பாத்துட்டு வாரேன்னு போனவுஹதாம்பா... போனவுஹ போனவுஹதான். ஆளையுங் காணும், தேளையுங் காணும்...'

'அப்ப நீங்க சொல்லுததப் பாத்தா காலையில் போனவுஹளையே காணும் போலிருக்குதே. அப்படி எங்க போயிருட்டாக?"

'எங்கன போயிக் குடிச்சிட்டு விழுந்து கெடக்கோ? ஊர்ல பூரா, குடிய எடுத்துட்டான்னு பேச்சு... இந்த ஆளுக்குத் தெனந்தோறும் எங்கனதான் தீர்த்தங் கெடைக்கோ தெரியல... நீதான் அவுஹட்டச் சொல்லக் கூடாதாப்பா...'

'நீங்க சொல்லிக் கேக்காத ஆளா நாஞ் சொல்லிக் கேக்கப் போறாஹ... அவுஹ எடுத்த எடுப்பு என்ன, இருந்த கதை என்ன? இந்த மாதிரி கண்டவங் கழியவங் கூடவும் சேர்ந்து இந்த வயசில் இந்த மாதிரிப் போயிட்டாஹ... மத்தபடி அவுஹ எதுல கொறைச்சல்?"

'பனிக்குள்ள நிக்கியே... உள்ள வாயேன்...'

'இல்ல மதினி... உள்ள எங்க வார... போக வேண்டியதுதான். அதுதான் இன்னைக்கிக் கொட்டகைக்கு வரக் காணலியேன்னு பாத்தேன்...'

'மீனா எப்படி இருக்கா? சின்னவன் பள்ளிக்கூடம் போக ஆரம்பிச்சிட்டான் போல?...'

'அத ஏங் கேக்கிய போங்க... வீட்டுல இந்த மூணுங் கெடந்து அடிக்க லூட்டியத் தாங்க முடியல... சவத்தைப் பள்ளிக்கூடத்துலயாவது கொண்டு தள்ளுவோமேன்னுதான் தள்ளியிருக்கு...'

'இப்ப பாதிப் பள்ளிக்கூடத்துல கொண்டு போயிச் சேத்திருக்கியே...'

'இன்னும் மூணு மாசந்தான் லீவு உடதுக்கு இருக்குன்னாலும்... எல்லாம் பண்ணுற செறை தாங்க முடியாமத்தான்...'

'நேத்தோ முந்தா நாளோ சாயந்தரம்போல ஒன் வீட்டுக்காரியும், மிட்டாய்க் கடைக்காரர் பொண்டாட்டியும் இந்தப் பக்கமாப் போனாளுவ... ஒன் வீட்டுக்காரிய வீட்டுக்கு வாயேன்னு கூப்புட்டேன்... பவானி ஸ்டோருக்குப் போறேன்னு சொன்னா... பனிக்குள்ளேய நிக்கிய... உள்ள வாயேன்னா... வரவும் மாட்டேங்க...'

'இல்ல மதினி... வீட்டில போயி கட்டயச் சாத்த வேண்டியதுதான். ரெண்டு நாளா எங்கூட நிக்க மொதலியார் பையனும் லீவு... மூணு ஷோவுக்கும் நான்தான் ஒத்தையில கெடந்து ஓட்டிக்கிட்டிருக்கேன்... மேல்லாம் வலிக்கு.'

'நல்லப் பொறுக்கப் பொறுக்க வென்னீயப் போட்டுக் குளி...'

'மீனா போட்டு வச்சிருப்பா... என்னைக்கும் அனேகமா அண்ணாச்சியும் நானுந்தான ஒண்ணா வருவோம்... வாரேன்

மதினி... கபாலியா புள்ள வீட்டு முன்னால ஒரு நாலஞ்சு நாய்வோ போற வாரா ஆளுகளையெல்லாம் வழி மறிச்சுக் கத்தும்... ஊர்ல சனமும் நாய்களுந்தான் பெருத்துப் போச்சு...' என்று சொல்லிக்கொண்டே போய்விட்டான்.

அவன் சென்ற சிறிது நேரத்தில் தூரத்தில் நாய்கள் குரைக்கிற சத்தமும் சூரி அவற்றை அதட்டுகிறதும் கேட்டது. அப்படியே படுத்தவள் தூங்கிப்போய்விட்டாள்.

12

சரவண பிள்ளையுடன் வேலை பார்க்கிற கதிரேசன், மாடசாமி, சிவனு, சின்னப் பையன் மணி எல்லோரும் கடையைப் பூட்டிவிட்டு வழக்கம்போல ஒன்றாகத்தான் புறப்பட்டார்கள். மாடசாமியின் வீடு குறுக்குத்துறையில் இருந்தது. அவனிடம் ஒரு பழைய ஹெர்குலஸ் வண்டி ஒன்று இருந்தது. இருபத்தைந்து வருடங்களுக்கும் மேல் அது உழைத்துவிட்டது. எப்போதாவது அது ரிப்பேராகி விடும். மற்றபடி அது விசுவாசத்துடன்தான் உழைத்து வந்தது. இந்தச் சிறுசிறு ரிப்பேர்களைப் பெரிதாகக்கூட நினைக்க முடியாதுதான். மேலும், குறுக்குத்துறைக்குப் போகிற ரோடு ரொம்ப காலமாகவே படு மோசமாகத்தான் கிடக்கிறது. ரோட்டின் நடுவில் குண்டும் குழியுமாகத்தான் இருக்கும். ஜனங்கள் சமயோசிதமாக ரோட்டின் இருபுறங்களிலும் ஒற்றையடித் தடங்களைப் போட்டு, அதில் நடந்து சென்று வந்தார்கள். இந்த ஒற்றையடித் தடத்தில்தான் சைக்கிளும் போக வேண்டியதிருந்தது. இந்த மாதிரி செய்வது எல்லோருக்குமே பொதுவில் எரிச்சலாக இருந்தாலும் எப்படியோ சகித்துக் கொண்டு சென்று வந்துகொண்டிருந்தார்கள்.

இரண்டு நாட்களுக்கும் முன்புதான் அந்தத் துரதிருஷ்டமான சம்பவம் நடந்தது. சர்க்கஸில் கயிற்றின் மேல் சைக்கிள் ஓட்டுகிறவனின் நேர்த்தியோடுதான் மாடசாமியும் அந்த ஒற்றையடித் தடத்தில், அந்த அர்த்தஜாமத்தில் விளக்கு இல்லாமல் சென்றுகொண்டிருந்தான். எல்லாமே வழக்கமான வித்தைதான் என்றாலும், பெரியவர்கள் எச்சரிக்கிறதைப்போல, ஒரு நாளைப் போல ஒருநாள் இருப்பதில்லைதான். மேலப்பாளையத்திலிருந்து சைக்கிள்களில் வந்துகொண்டிருந்த பால்காரர்கள்

நாலைந்துபேர் ஒன்றாகச் சேர்ந்து மாடசாமிக்கு எதிரே வந்துகொண்டிருந்தார்கள். ரோட்டுக்குத் திருப்பினால் ஒரே கல்லாகக் கிடக்குமே என்று ரோட்டை விட்டு வெளியே ஓரத்தில் சைக்கிளை ஒதுக்கினான். எதிரே ஆட்களில் ஒருத்தனுக்கும் மாடசாமிக்கு வந்த இதே யோசனை தோன்றிவிட, இருவரும் மோதிக் கீழே ஓடிக்கொண்டிருந்த ஓடையில் விழுந்து விட்டார்கள். காயம் அதிகமில்லை யாருக்கும். மாடசாமிக்கு மூட்டில்தான் கொஞ்சம் சிராய்த்துவிட்டது. இதனால் ஒன்றும் மோசமில்லை. மாடசாமியின் சைக்கிள்தான் ரொம்பச் சேதமாகிவிட்டது. மாடசாமியோடு மோதின பால்காரன் மாடசாமியைச் சத்தம் போட்டுவிட்டுத் தன் சகாக்களோடு திரும்ப ஏறிப்போய்விட்டான். மாடசாமியின் சைக்கிள் போர்க் வளைந்துவிட்டது. தன் வீடுவரை சைக்கிளைத் தலையில் தூக்கி வைத்துக்கொண்டு அந்த இருட்டுக்குள் தட்டுண்டுத் தடுமாறி நடந்து போய்ச் சேர்ந்தான். மாடசாமியின் மனைவியும் பிள்ளைகளும் அன்று இரவு வெகுநேரம்வரை இதைப் பற்றிப் பேசி விழித்துக்கொண்டே இருந்தார்கள்.

சொக்கலிங்க முடுக்குத் தெரு வரை ஒன்றாக வந்த மாடசாமி அவர்கள் எல்லோரையும் பார்த்துச் சொல்லிக்கொண்டான். 'அப்பம் வரட்டுமா அண்ணாச்சி . . .' என்றான் சரவண பிள்ளையைப் பார்த்து.

'ஏ மூதி சைக்கிளை எப்பம்டா ரிப்பேர் பண்ணப் போற? கையிலே துட்டு இல்லையின்னா மொதலாளிகிட்ட என்னத்தையாவது சொல்லிக்கில்லி அட்வான்ஸ் வாங்க வேண்டியதுதான? எத்தனை நாளைக்கிடா இப்படி ஏமஞ் சாமத்துல மைல் கணக்கா நடந்து போவடா பைத்தியக்காரா!...' என்றார்.

'பேச்சுக் கொடுக்க ஆரம்பித்ததும், மற்றவர்களும் அவரோடு நின்றுவிட்டனர். சின்னப்பையன் மணி மட்டும் தெரு ஓரமாகப் போய் ஒன்றுக்கிருக்க உட்கார்ந்தான். அவனைப் பார்த்து, அதுவரை அந்த யோசனையே இல்லாமல் இருந்த சிவனுவும் அவனோடு போய் உட்கார்ந்தான்.

'இந்த மாசம் ஏற்கெனவே பத்து ரூவா அட்வான்ஸ் வாங்கியாச்சு, மேக்கொண்டு கேட்டா மொதலாளி தருவாகளோ என்னமோ...' என்றான்.

'அடப் போடா பைத்தியக்காரா ... எந்த மொதலாளிடா நீ கேட்டதும் இந்தான்னு தூக்கிக் குடுத்துருவானுக. அவனுக ஒரு பக்கம் தார்க் குச்சி போடத்தான், நாம ஒரு பக்கம்

தலையச் சொறியத்தான்... நாய் வேசம் போட்டப்பறமும் குரைக்கதுக்குப் பயந்தியானா எப்பிடி?'

'நாளைக்கிக் கேக்கணும்...'

சரவண பிள்ளை ஒன்றுக்கிருந்து கொண்டிருந்தவர்களைப் பார்த்தார். '... இவனுக ஒரு பயகடா... ஏடே செத்த மிந்திதானடே அந்த மணிப்பயலும் நீயுமா போயிட்டு வந்தியோ . . . அதுக்குள்ளே என்னடா?... கல்லைப் பார்த்ததும் நாயிதான்டா ஒண்ணுக்குப் போகும் . . . நீங்க மனுசனுகதானாடா? . . . ஒண்ணுக்குப் போறதுக்குஞ் சேக்காளி சேந்துப் போறானுக பாரேன்...' என்று கிண்டல் பண்ணினார்.

'அப்ப . . . நான் வரேன் அண்ணாச்சி! . . . ஏ நான், வரட்டுமாடே...' என்று பொதுவாக எல்லோரையும் பார்த்துச் சொல்லிவிட்டுப் புறப்பட்டான் மாடசாமி...

'ஏய் பாத்துப் போடா . . . பிள்ளைக்குட்டிக்காரன் . . .' என்று சொல்லிவிட்டுப் புறப்பட்டார். கதிரேசனும் அவரோடு நடந்தான். சிவனுவும் மணியும் பின்னால் ஒன்றாக வந்து கொண்டிருந்தார்கள். சிவனு வேட்டியை இடுப்புக்கு மேலே திரைத்துக் கௌபீனத்தைக் கட்டியபடியே மணியுடன் ஏதோ சினிமாவைப் பற்றிப் பேச்சுக் கொடுத்துக்கொண்டே நடந்தான். பூதத்தான் முக்கு வந்ததுமே முன்னால் பேசிக்கொண்டு சென்ற சரவண பிள்ளையும் கதிரேசனும் நின்றுவிட்டார்கள். மணியும் சிவனுவும் பூதத்தான் முக்கு வந்ததும் மாடத் தெரு வழியாகப் பிரிந்து சென்றுவிடுவார்கள். மணி வீடு வயல் தெருவில் இருந்தது. கதிரேசனும் சரவண பிள்ளையும்தான் அதற்கப்புறமும் ஒன்றாகச் செல்பவர்கள். சரவண பிள்ளையைக் கல்லத்தி முடுக்குத் தெருவில் விட்டுவிட்டு கதிரேசன் மட்டும் தொண்டைமான் முடுக்குத் தெருவுக்குப் போவான். சிவனும் மணியும் பேசிக்கொண்டே அவர்களோடு வந்து சேர்ந்து கொண்டார்கள்.

'என்ன மாமா, கதிரேசனை விடமாட்டீய போலிருக்கே...' என்றான் சிவனு. அதைக் கேட்டு மணி கவுல் கிடையாகச் சிரித்தான். சிவனு சொன்னது சரவண பிள்ளை காதில் சரியாக விழவில்லை. ஏதோ சொன்ன மாதிரி இருந்தது.

'என்னலே மொணங்குதீயோ?...'

'இல்ல மாமா கதிரேசனை விடமாட்டீய போலயன்னேன்...'

'அட! . . .' என்று சிவனுவை அடிக்கப் போகிற மாதிரி கையை ஓங்கினார். சிவனுவும் மணியும் தூர விலகிக்

கொண்டார்கள். கதிரேசனுக்குக் கூச்சமாக இருந்தது. அவனை இப்படித்தான் கடையிலும் கேலி செய்கிறார்கள். சரவண பிள்ளை எவ்வளவுதான் இரண்டாம்பேருக்குத் தெரியாமல் கதிரேசனிடம், அவன் வேலைக்குச் சேர்ந்த நாள் முதலாய் அவனை அரவணைத்துக்கொண்டு போனாலும், அதற்குக் காரணம் என்னவென்று கடை பூராவும் தெரிந்துபோய் விட்டது. அடுத்த ஆட்கள் மனத்தில் இருக்கிறதையெல்லாம் ஜாடையிலேயே தெரிந்துகொள்கிற கில்லாடி தேங்காய்ப் பிள்ளை கடையில் வேறே யார் உண்டு? இந்த சிவனுப் பயல்தான். இவனோடு மணியும் உளவறிந்து சொல்லச் சேர்ந்துகொண்டான். மேலக் கோபுரவாசல் பூராவுமே இப்போது ஒரு விஷயம் தெரியும். சரவண பிள்ளை தன்மகள் கோமதியை கதிரேசனுக்குக் கட்டிவைக்க ஏற்பாடு செய்கிறார் என்பது அது.

கதிரேசன் கொஞ்சம் கருத்த பையன்தான் என்றாலும், ரொம்ப விவரமான பிள்ளை என்பது சரவண பிள்ளையின் எண்ணம். தாய், தகப்பன் இல்லாத பையன். சீவலப்பேரியாள் வீட்டில்தான் படுக்கை, இருக்கை எல்லாம் அவனுக்கு. சீவலப்பேரியாள் அவனுக்கு ஒன்றுவிட்ட அத்தை. பத்து வயதிலிருந்து கதிரேசனை அவள்தான் வளர்த்துவருகிறாள். அவளுக்கும் மூன்று ஆணும் ஒரு பெண்ணும் இருந்தது என்றாலும், இந்தப் பையனையும் எப்படியோ எட்டாவது வரைக்கும் படிக்க வைத்து வளர்த்துவிட்டாள். சீவலப்பேரியாளின் மூத்த பையன் கயத்தாற்றில் போலீஸாக இருந்தான். அங்கே யாரோ ஒரு பொம்பளையைச் சேர்த்துக்கொண்டுவிட்டான். அதுக்காக அவனை ஒதுக்கிவிடவில்லை சீவலப்பேரியாள். தன் புருஷன் சொன்னபோதுகூட, 'ஒம்ம மாடு கன்னுகளைப் பாத்துக்கிட்டுப் பேசாம தொழுவுல கெடையும். இங்க வீட்டுக்குள்ள ஒம்ம ராஜியம் வேண்டாம்...' என்று அதிரடியாகச் சொல்லி, அந்த மனுஷனை விழத் தட்டிவிட்டாள். இதற்குப் பிரயோஜனமில்லாமல் போகவில்லை. மூத்தவன் இன்றைக்கும் மாதம் முதல் தேதி பிறந்தால் ஐம்பது ரூபாய் அம்மாவுக்கு அனுப்பிவிடுகிறான். மேலும், அவள் 'மறத்தியாக இருந்தால் என்ன நல்லவளாகத்தான் தெரிகிறாள்' என்று சீவலப்பேரியாள் சொன்னதை இப்போது எல்லாருமே (முக்கியமாக, தானாவதிப் பிள்ளை வீட்டிலேயே சீவலப்பேரியாள் சொல்வது சரிதான் என்று சொல்லிவிட்டார்கள்.) ஏற்றுக்கொண்டாயிற்று.

சரவண பிள்ளைக்கு, கதிரேசனை கோமதிக்கு முடிச்சுப் போட்டுப் பார்த்த அன்று, இதெல்லாம் தோன்றாமல் இல்லை. அன்றைக்கு ராத்திரி வீட்டில் சாப்பிடும்போது, அரைத் தூக்கத்தில் தூங்கிக்கொண்டே சாப்பாடு போட்ட தன் மனைவி

சங்கரவடிவிடம் இதைப் பற்றிச் சொன்னார்.

'இப்ப அதையெல்லாம் யாரு பாக்கா?... மேலையும் அவ சீவலப்பேரியா பையனுக்கு ஒண்ணுவிட்ட அத்தக்காரிதான?... பெத்துப் போட்டவளா... இல்ல அந்தப் போலீசுக்காரப் பயதான் இவங்கூடப் பொறந்தவனா?... பையங் கொணம் காணுமான்னு பார்த்துக்கிடுங்கய்யா ... அவ்வளவுதான் நமக்கு வேணும்...' என்று சுருக்கமாகவே சொல்லிவிட்டாள் வடிவு.

அவரிடம் கொஞ்ச நேரம் பேசிவிட்டுப் போய்விட்டார்கள் மணியும் சிவனுவும். கீழ ரதவீதியில் நடக்க ஆரம்பித்தார்கள் கதிரேசனும் அவரும். ஐயர் எவர்சில்வர் பாத்திரக்கடை வருகிற வரையிலும் இருவருமே பேசவில்லை. கதிரேசன் ரொம்பக் கூச்சப்பட்டுக்கொண்டே வந்தான். அவன் முகத்தை முனிசிபல் விளக்கு வெளிச்சத்தில் ஏறிட்டுப் பார்த்தார். அவன் தலை கவிழ்ந்து கிடந்தது.

'ஏ என்னடே பேசாம வார?...'

கதிரேசன் அவசரமாக அவரை அண்ணாந்து பார்த்தான். அவனுக்குத் தொண்டைக் குழியில் நின்றது துக்கம். இன்னொரு தடவை கேட்டால் அழுதுவிடுவான் போலிருந்தான்.

'ஏ... என்ன ஒரு மாதிரியா வார?'

மெதுவாகப் பேச ஆரம்பித்தான் கதிரேசன். 'இவங்க ரொம்பக் கேலி பண்ணுதானுக அண்ணாச்சி ... நாம ரெண்டுபேரும் ஒன்னாப் போறத வாரதப் பார்த்து, மாமனும் மருமகனும் போறாங்கன்னு சொல்லுதானுக...' அழ வேண்டாம் என்றுதான் பார்த்தான் கதிரேசன். ஆனால், அழுவது நம் கையிலா இருக்கிறது? பாதி சொல்லிக்கொண்டிருக்கும்போதே அழுகை வந்து குரல் கம்மிப்போய்விட்டது. சரவண பிள்ளையே பதறிப் போய்விட்டார்.

'சுத்தப் பயித்தியாரனா இருக்கியே... சொன்னா சொல்லிட்டுப் போறானுக... நமக்கு என்ன வந்திச்சு?... இந்தா கண்ணைத் தொடை...' என்று தனது தோளில் கிடந்த சிட்டித் துண்டை எடுத்துக் கொடுத்தார். அவன் வாங்கிக்கொள்ளாமலேயே நடந்துகொண்டிருந்தான். சரவண பிள்ளைக்கே அவன் அப்படி வந்துகொண்டிருந்தது மனசுக்குக் கஷ்டமாக இருந்தது. ரொம்பவும் சங்கடப்பட்டுக்கொண்டிருக்கிறான் என்று நினைத்து அவரும் அவனிடம் மேற்கொண்டு எதுவும் பேச்சுக் கொடுக்காமல் வந்துகொண்டிருந்தார். வழக்கமாக கல்லத்தி முடுக்குத் தெரு திரும்புகிற முனையில் இரண்டு பேரும் நின்று இரண்டு மணி

வரைக்கும்கூடப் பேசிக்கொண்டிருப்பார்கள். அன்று தெரு முனையில் நிற்காமலேயே இருவருமே கல்லத்தி முடுக்குத் தெருவில் திரும்பி நடந்தார்கள். தெரு திரும்புகிற இடத்தில் கந்தவிலாஸ் கடைச் சுவரில் இரண்டுபேர் ராயல் டாக்கீஸ் புதுப்பட போஸ்டரை ஒட்டிக்கொண்டிருந்தார்கள். நடுத்தெருவில் ஒரு சின்ன கட்டை வண்டியும் ஏணியும் கிடந்தன. ஒரு ஆள் கீழே தரையில் உட்கார்ந்து பசையைத் தடவிக்கொண்டிருந்தான். ஒருத்தன் சற்றுத் தள்ளிச் சென்று போஸ்டரைச் சுவரில் ஒட்டிக்கொண்டிருந்தான். தரையில் உட்கார்ந்து பசை போட்டுக்கொண்டிருந்தவனிடம், 'ஏய் நாளைக்கு என்ன படம்டே?' என்று கேட்டார் சரவண பிள்ளை. அவரை அண்ணாந்து பார்த்துவிட்டு, 'பழைய படம்... குலேபகாவலி...' என்று சொன்னான்.

13

தேர்முட்டியிலிருந்து கல்லத்தி முடுக்குத் தெருவுக்குள் குளிர்ந்த காற்று வீசிக்கொண்டிருந்தது. கீழப்புதுத்தெரு முக்கு முனையில் இருந்த அடி பம்பில் யாரோ தண்ணீர் அடித்துக்கொண்டிருந்தது இந்த முனைவரை தெளிவாகக் கேட்டது. நாயுடு வீட்டுக்கு அடுத்தாற்போலிருந்த செக்கடியில் செக்குச் சுற்றுகிற சத்தமும் கேட்டது. சங்கரவடிவு, கோமதி, கோமதியின் தங்கை நீலா, வெள்ளமடத்து ஆச்சி, புதுசாகக் கல்யாணமான ராஜன் வீட்டுக்கு வந்திருந்த பெண்ணின் அக்கா எல்லோரும் ஆற்றுக்குக் குளிக்கப் போய்க்கொண்டிருந்தார்கள்.

நீலா, கோமதி, புதுப் பெண்ணின் அக்கா செல்லம்மா மூன்றுபேரும் முன்னால் ஒன்றாகப் போய்க்கொண்டிருந்தார்கள். செல்லம்மாவும் கோமதியும் மட்டும் குடம் வைத்திருந்தார்கள். நீலா ஒரு ஜமுக்காளப் பையில் துணிகளைத் தூக்கிக்கொண்டு வந்தாள். கோமதியின் குடத்திலும் சில துணிமணிகள் இருந்தன. கோமதி குடத்தை எடுத்து வந்திருந்தபடியால், சங்கரவடிவு குடம் எடுக்கவில்லை. வெள்ளை மடத்தாச்சி குடம் இல்லாமல் ஆற்றுக்குப் போய் வந்தாள் என்று சொன்னால், திருநெல்வேலி ஊரில் யாரும் நம்பமாட்டார்கள்.

'ஏளா! செட்டியார் செக்குப் போட்டுட்டாரா... அப்படின்னா நேரமாயிட்டுதா வடிவு?... இருந்தாலும் ஒங்கொமருக இந்த வயசுல இந்தத் தூக்கந் தூங்கக் கூடாதம்மா... அந்தக் காலத்துல நாங்க மூணு மணிக்கே ஆத்துல நிப்பமுளா... அஞ்சு மணி சங்கு அடிக்கையில் வீடு வந்து சேர்ந்திருப்போம்... எங்க வீட்டு அதிகாரியும் நானும் முப்பத்தி எட்டு வருசமா ஆடி கோடையிலயும் ஆத்துக்குப் போயிருவோம்... அவுக சாகப் போகையில்தான் ஒண்ணரை மாசமா கால் வெளங்காமக் கெடந்துட்டாக...' என்றாள்

வெள்ளமடத்தாச்சி. ஆச்சி தன் புருஷனைப் பற்றிச் சொல்லும்போது அழுதுவிடுவாளோ என்று நினைத்தாள் சங்கரவடிவு. ஆனால் அவள் நினைத்த மாதிரி ஆச்சி அழவில்லை. கடைசி வாக்கியத்தை முடிக்கும்வரைக்கும்கூட குரல் கம்மவில்லை.

செக்கடியைத் தாண்டிப் போகும்போது ஐந்துபேருமே அந்தப் பக்கம் திரும்பிப் பார்த்தார்கள். செக்கு உரல் விளிம்பில் ஹரிக்கேன் லைட்டை வைத்துக்கொண்டு, அந்த வெளிச்சத்தில் புண்ணாக்கைத் தள்ளிவிட்டு கொண்டிருந்தார் ஆதிமூலம் செட்டி.

'ஏ... ஆதிமூலமாடே செக்கு ஆட்டுதது?... மாட்ட ஓட்டுதது யாருப்பா...' என்று செக்கடிப் பக்கம் திரும்பிப் பார்த்துக் கேட்டுக்கொண்டே நடந்தாள் வெள்ளமடத்தாச்சி.

ஆதிமூலம் செட்டியார் நின்று பார்த்துவிட்டு, 'ஆரு ஆச்சியா?... ஆத்துக்குப் போறியளாக்கும்... வேற ஆரு... நம்ம சின்னப் பிள்ளையாண்டந்தான் மாட்ட ஓட்டுதான்...' என்றார்.

முன்னால் போய்க்கொண்டிருந்த செல்லம்மா மெதுவான குரலில் கோமதியிடம், 'கோமதி! இந்த ஆச்சி வாயி ஒரு நிமிஷம் ஓட்டுக் கெடக்க மாட்டங்கு பாத்தியா?' என்று சொல்லி விட்டு, ஆச்சியின் காதில் விழுந்திருக்குமோ என்னவோ என்று பின்னால் லேசாகத் திரும்பிப் பார்த்துக்கொண்டாள். கோமதி ஒன்றும் பதில் சொல்லாமல் லேசாகச் சிரித்தாள். நீலாவுக்கு ரொம்பச் சிரிப்பு வந்துவிட்டது; கஷ்டப்பட்டு அடக்கிக்கொண்டாள்.

கல்லத்தி முடுக்குத் தெருவில் திரும்பும்போது கோமதிக்கு பாப்பையா ஞாபகம் வந்தது. நேற்றுப் பெய்த மழையும் தச்சநல்லூர் போகிற பாதையில் பாப்பையாவோடு பேசிக் கொண்டிருந்ததும் ஞாபகத்திற்கு வந்தன. முனிசிபல் ஸ்கூலைத் தாண்டுகிறவரை வடிவிடம் பேசிக்கொண்டே வந்த வெள்ளமடத்தாச்சி அதற்கப்புறம் பேசவே இல்லை. ஆனால் செல்லம்மா சில நாட்களுக்கு முன்னால் தன் தங்கையுடனும் தங்கை புருஷனுடனும் தான் பார்த்த படத்தைப் பற்றிச் சொல்ல ஆரம்பித்தாள். அந்தக் கதையை ஏற்கெனவே ஒரு நாள் கோமதி மத்தியானம் போலக் கேட்டிருக்கிறாள். இப்போது நீலா அந்தப் படத்தில் வந்த ஏதோ பாட்டைப் பற்றிப் பேசப்போக, செல்லம்மாள் கதையையே சொல்லத் தொடங்கிவிட்டாள். கோமதிக்கு அது எரிச்சலாகவும் அலுப்பாகவும் இருந்தது. அம்மாவுடனும் ஆச்சியுடனும் போய்ச் சேர்ந்துகொள்ளலாமா என்று நினைத்தாள். அப்படிச் செய்தால் செல்லம்மக்கா வருத்தப்படுவாள் என்று தோன்றியது. ஒரு வேளை இதை

மனத்தில் வைத்திருந்து தன் தங்கச்சியிடம் சொன்னாலும் சொல்லிவிடலாம். அவள் – அலமேலுவை ஏனோ கோமதிக்கு முதல் நாள் பார்த்ததுமே பிடித்துவிட்டது. அலமேலுவின் பேச்சு, தோசைக்கு அரைக்கும்போது அவள் ஒரு பக்கமாய் மண்டி போட்டு உட்காருகிறது, அவள் புருஷன் – அந்த ராஜு அண்ணன் – மத்தியானம் சாப்பிட வந்ததும், பேசிக்கொண்டிருந்தவள் அப்படியே எழுந்துபோய் அந்த அண்ணனின் பின்னால் வீட்டுக்குள் நுழைந்து முன்வாசல் ஸ்கிரீனை இழுத்துவிட்டுக் கொண்டு போகிறது எல்லாமே காரணமே சொல்லத் தெரியாமல் பிடித்திருந்தது. ஒருவேளை தன்னையே அலமேலுவாக நினைத்துப் பார்த்துக் கொண்டாளோ, என்னவோ?

அலமேலு இருந்ததில் பத்தில் ஒரு பங்குகூட செல்லம்மா இல்லையே என்று கோமதிக்கு ஆத்திரமாக இருந்தது. அலமேலு அக்கா பேச்சே என்ன அழகாக இருக்கிறது. அது எப்படி ஒரே வீட்டில் பிறந்தவர்கள் இவ்வளவு வித்தியாசமாக, சம்பந்தமே இல்லாமல் இருக்கிறார்களோ தெரியவில்லை. கோமதியும் அதைக் கேட்டுக்கொண்டு வருகிறாள் என்று நினைத்துச் செல்லம்மா ரொம்ப விஸ்தாரமாகவே உற்சாகத்தோடு ரயில்வே லைன் வருகிறவரைக்கும் கதை சொல்லி வந்தாள். அதற்குப் பிறகு நீலா அந்தப் படத்தில் நடித்த நடிகனுக்கும் இன்னொரு நடிகைக்கும் நடந்த ரகசியக் கல்யாணத்தைப் பற்றிச் சொல்ல ஆரம்பித்தாள். அந்த விஷயமும் கோமதிக்குத் தெரிந்த ஒன்றுதான். இப்போது அவளுக்கு நீலாவின் பேரில் கோபம் வந்தது. இத்தனைக்கும் செல்லம்மா பத்திரிகைகளை எல்லாம் படிக்கிறவள்தான். அந்த விஷயத்தை மட்டும் எப்படித்தான் தப்பவிட்டிருந்தாளோ தெரியவில்லை. வெள்ளமடத்தாச்சிகூட பக்கத்தில் வந்து கேட்க ஆரம்பித்தாள். வடிவுக்கு இந்தச் சங்கதிகளெல்லாம் ஒத்து வராதவை. சினிமா கூட ஔவையார் மாதிரியான பக்திப் படங்களைத்தான் பார்ப்பாள். ஆனால் வடிவுக்கு ஒரு விஷயம் ஆச்சரியமாக இருந்தது. சினிமா சம்பந்தப்பட்ட தகவல்களில் கெட்டிக்காரியான செல்லம்மாவையே மடக்கிப் போட்டுப் பேசுகிறாளே இந்தப் பிள்ளை நீலா என்று பெருமையாகக்கூட இருந்தது. கோமதி ஏன் அதில் கலந்துகொள்ளாமலே இருக்கிறாள் என்பது மட்டும் தெரியவில்லை .

ஆற்றில் தண்ணீர் ரொம்ப மோசமாக இல்லை. வட்டப் பாறை மட்டும் நடு ஆற்றில் வெளியே தெரிந்தது. வட்டப் பாறை முங்கிவிட்டால் தண்ணீர் அதிகம் என்று ஒரு கணக்கு.

முன்னால், போன வருஷம் வரைகூட பிள்ளையார் கோவில் படித்துறையில்தான் குளித்து வந்தார்கள். அந்தப் படித்துறையில்

குளித்துக்கொண்டிருந்த ஒரு பிராமணக்குடிப் பெண்ணின் கழுத்தில் கிடந்த செயினை அறுத்துக்கொண்டு ஆற்றுக்குள் விழுந்து திருடன் ஓடிப்போய்விட்ட சம்பவத்துக்குப் பிறகு வெள்ளமடத்தாச்சி கோயில் படித்துறைக்கு மாறிவிட்டாள். படித்துறை விஷயத்தில் வெள்ளமடத்தாச்சி சொன்னதை யாரும் மீறிவிட முடியாது. மேலும் அவள் வயதில் மூத்தவள். அனுபவம் நிறைந்தவள். அவள் நல்லதுக்குத்தான் சொல்லுவாள் என்று எல்லோரும் நம்பினார்கள். சங்கர வடிவுக்கென்று எதிலும் தனிப்பட்ட அபிப்பிராயமே அவ்வளவாகக் கிடையாது.

சங்கர வடிவைப் பொறுத்துத் தனது புருஷனுக்கு அடுத்தபடியாக வெள்ளமடத்தாச்சிதான் அவளுக்கு வழித்துணை போல இருந்தாள். வெள்ளமடத்தாச்சி சொன்னதை அவள் மீறி நடந்ததே இல்லை. கோவில் வஸந்த மண்டபத்தில் நிறையப் பிரசங்கங்கள் நடக்கும். அதில் யாருடைய பிரசங்கத்துக்குப் போக வேண்டும் என்பதைத் தீர்மானிப்பது வெள்ளமடத்தாச்சிதான். சினிமா, தீபாவளிக்குச் சேலை எடுக்கிற கடையைக் கூட வெள்ளமடத்தாச்சி சொன்னபடிதான் முடிவு செய்வாள் வடிவு.

நீலா சின்னஞ்சிறு பெண். இன்னும் அப்பர்கிளாப்டனுக்குப் போய் வருகிறாள். போகும்போதும் வரும்போதும் பள்ளிக்கூடம் விட்டதும் நேராக வீட்டுக்கு வந்தோம் என்பது அவளிடம் காணப்படாத ஒன்று. வழியெல்லாம் நின்று நின்று பராக்குப் பார்த்துக்கொண்டு வருகிறாள் என்பது அவள்மீது நீண்ட காலமாக இருந்து வருகிற ஒரு குற்றச்சாட்டு. வெள்ளமடத்தாச்சியே கண்டிஷன் பண்ணிப் பார்த்துவிட்டாள். ‘பொட்டப் பிள்ள இப்படி ரோடு பூரா நின்னு பராக்குப் பார்க்கலாமா?’ என்று அவளைச் சுற்றி வளவில் உள்ள பெண்கள் எல்லோரும் சத்தம் போட்டுக் கண்டித்துப் பார்த்துவிட்டார்கள். இதில் முக்கியமான காரணம் ஒன்று இருந்தது. நீலா கொஞ்சம் அழகான பிள்ளை. வீட்டில் அவளைப் போல அவ்வளவு நிறமானவர்கள் யாரும் இல்லை. கண்ணுக்கு நிறைய மை போட்டுக்கொண்டுதான் வெளியே போவாள். இப்படியெல்லாம், அவள் வயதுக்கு மீறின வளர்ச்சி இருந்ததாக அவளைக் கட்டுப்படுத்திப் பார்த்தார்கள். வெள்ளமடத்தாச்சியை இந்த ஒரு விஷயத்தில் தவிர அவளுக்குப் பெரும்பாலும் பிடித்தது.

ஆனால் கோமதிக்கு, வெள்ளமடத்தாச்சி தன் குடும்பத்தில் அத்துமீறி நுழைகிறாள் என்று பட்டது. அவள் அவர்கள் குடியிருந்து வருகிற வீட்டின் சொந்தக்காரியாக இருக்கிறாள் என்பதற்காக அவள் இஷ்டப்படிதான் நாம் நடக்க வேண்டுமா என்று நினைத்தாள் கோமதி.

சங்கரவடிவு பாவம், அவள் அதிகம் படித்தவளல்ல. குற்றாலத்துக்கும் திருச்செந்தூருக்கும் எப்போதோ இரண்டொரு தடவை ரயிலில் போனதைத் தவிர அவளுக்குக் குறுக்குத்துறை ஆற்றைத் தாண்டி என்ன இருக்கிறதென்பதே தெரியாது. அதிலும் திருச்செந்தூருக்கு அந்த இரண்டு தடவையும் வெள்ளமடத்தாச்சிதான் கந்த சஷ்டிக்குக் கூட்டிக்கொண்டு போனாள். சரவண பிள்ளையின் சம்பாத்தியத்தில் திருநெல்வேலி ஜங்ஷன்வரை போய் எல்லோரும் பாலஸ்–டி–வேல்ஸ் கொட்டகையில் படம் பார்த்துவிட்டுத் திரும்புவதே (போகும்போது நடந்து போவார்கள். வரும்போது மட்டும் நேரமாகிவிடுமென்கிறதுக்காக பஸ்ஸில் திரும்புவார்கள். மேலும் பெண்பிள்ளைகளை அந்த ராத்திரி நேரத்தில் நடத்திக் கூட்டி வர முடியுமா?) பெரிய அமானுஷ்யமான விஷயம்தான். சரவண பிள்ளை சினிமாவே பார்க்கமாட்டார். யார் சினிமாவைப் பற்றிப் பேசினாலும் ராயல் டாக்கீஸில் தனது வாலிபத்தில் ஹரிதாஸ் இரண்டு வருஷங்கள் ஓடினதைப் பற்றி விஸ்தாரமாகச் சொல்லாமல் இருக்கமாட்டார். ‘சபரிமலை ஐயப்பன்’ படத்துக்கு மட்டும் ஒரு தடவை தன் குடும்பத்தைக் கூட்டிக் கொண்டு போய்ப் பார்த்தார். அதற்குப் பிறகு சினிமா பார்க்க வில்லை.

கோமதிக்கு வீட்டோடு போய்ப் பார்க்கிற சினிமாப் படங்களை ரசிக்க முடியவில்லை. அதுவும் ஒரு பக்கத்தில் வெள்ளமடத்தாச்சியும், மறுபக்கத்தில் அம்மாவும் கூட இருக்க, கோயில் பஜனை மாதிரி, சினிமாவிலும் அவர்களோடு பார்ப்பதைச் சகித்துக் கொள்ள முடியவில்லை. எதிர்ப்பை வெளியே காட்டினால் வெள்ளமடத்தாச்சியே அப்பாவிடம் சொல்லிக் கொடுத்து வீண் பழியைத் தலையில் கட்டிவிடுவாள். பிறகு அப்பா கேட்கிற கேள்விகளுக்குப் பதில் சொல்லித் தீராது.

டைப்ரைட்டிங் இன்ஸ்டிட்டியூட்டுக்குப் போய் வந்தது பல விதங்களிலும் வசதியாக இருந்தது. சில நாட்களில் தனக்கு விருப்பப்பட்ட படம் வந்தபோது தன் சிநேகிதர்களோடு மத்தியான ஆட்டத்துக்குப் போய்விட்டு, ‘இன்ஸ்டிட்டியூட்டுக்குப் போனேன்’ என்று ஒரு வரியில் சமாளித்துவிடத் தோதுவாக இருந்தது.

ஆனால் வெள்ளமடத்தாச்சிக்கு இந்தத் திருட்டுத்தனமும் தெரிந்துவிட்டது. ஸ்டேட் பாங்க் பக்கம் ஏதோவொரு மரக்கடையில், மரப்பொடி வாங்க வந்தவள், கோமதி சென்ட்ரல் டாக்கீஸை விட்டு வெளியே வரும்போது பார்த்து விட்டாள். பிறகென்ன? அன்று இரவு வெகுநேரம்வரை வீட்டில்

ஒரே சண்டையாகப் போய்விட்டது. வடிவுக்கு கோமதியின் மனம் புரிந்தாலும் அவளால் வெளிப்படையாகச் சொல்லிப் பேசமுடியவில்லை. முதல் விஷயம், இந்த வீட்டை விட்டுப் போனால் இருபத்தைந்து ரூபாய் வாடகையில் இவ்வளவு பெரிய வீட்டை யார் தரப் போகிறார்கள்? ஆத்திரம் அவசரத்துக்கு வெள்ளமடத்தாச்சியிடம் கைமாத்து வாங்கிக்கொள்ளலாம். நீலாவுக்குப் பள்ளிக்கூடத்துக்குப் புஸ்தகம் வாங்க ஐம்பது ரூபாய் வரை கடன் வாங்கினது; மாதம் எட்டு முடிந்துவிட்டது. நீலாவும் இந்த வருஷம் பரீட்சை எழுதப் போகிறது. இன்னும் அந்தக் கடனைக் கொடுக்க முடியவில்லை. யாரெல்லாமோ வந்து வாங்குகிறார்கள். வெள்ளமடத்தாச்சி சுத்த – அசுத்தமெல்லாம் ரொம்பப் பார்க்கிறவள். ஆச்சி இதையெல்லாம் ஒன்றும் சொல்வதே இல்லை. மேலும் மாவு இடிக்கும்போது, முறுக்கு சுற்றும்போதெல்லாம்கூட, கூடமாட உதவி வேறு செய்கிறாள். இவ்வளவு நல்ல மனுஷியை இந்த கோமதி இப்படி நினைக்கிறாளே என்பதுதான் வடிவின் கவலை.

குளித்துவிட்டுத் திரும்பும்போது, தான் செய்த ஒரு காரியம் ரொம்பவும் புத்திசாலித்தனமான ஒன்றாகப் பட்டது கோமதிக்கு. நேற்று இரவு பாப்பையாவை இண்டர்வியூவில் பார்த்ததைப் பற்றிச் சொல்லலாம் என்று நினைத்தாள். பிறகு ஏனோ சொல்லவில்லை. அப்படி சொல்லியிருந்தால் அது உடனே வெள்ளமடத்தாச்சிக்குப் போய்விடும். ஆச்சி, முண்டு முடிச்சு ஏதாவது போட்டு, விபரீதமாக்கினாலும் ஆக்கியிருப்பாள். இந்த செல்லம்மக்காவும் நீலாவும் ஏன் ஓயாமல் பேசிக்கொண்டே வருகிறார்களோ தெரியவில்லை. இத்தனை வயசான இந்த அக்காவுக்கு இந்தச் சின்னப் பிள்ளையோடு அப்படி என்னதான் பேச விஷயம் இருக்குமோ? தனக்கும் கல்யாணம் ஆகிவிட்டால் இப்படித்தான் ஆகிப் போவோமோ என்னவோ தெரியவில்லை. ஆனால் அலமேலு அக்கா இப்படியெல்லாம் இல்லையே என்பது சந்தோஷமாக இருந்தது. ஒரு நல்ல வேலை கிடைக்க வேண்டும். வேலை கிடைத்தால்தான் முதல் காரியமாக இந்த ஆச்சி வீட்டைவிட்டுப் போக முடியும். பாப்பையா? பாப்பையா இல்லாமலா இனி? வேலை கிடைத்துவிட்டால் அப்பாவேகூட எல்லாம் சரி என்றுதான் நினைப்பார். விஜயாவுக்குக்கூட ஆரம்பத்தில் அவளுடைய வீட்டில் இப்படித்தான் கல்யாணத்துக்கு எதிர்ப்பு இருந்தது. ஹைகிரவுண்ட் ஆஸ்பத்திரியில் வேலை கிடைத்த பிறகு அவள் நினைத்த அந்த ஸ்ரீபுரத்துப் பையனையே அவள் கல்யாணம் கட்டிக் கொள்ளவில்லையா என்ன? அவளுக்கு இப்போது மூன்று வயதில் ஒரு பையனும், ஒரு வயதில் ஒரு பொண்ணும்கூட ஆகிவிட்டது. அடேயப்பா! நாள்தான் என்னமாய் ஓடிப்போய் விடுகிறது?

சங்கர வடிவு, போக்கு வண்டிகளுக்குப் பின்னால் போய் அப்படியே, பேச்சோடு பேச்சாய் இரண்டு கைக்கொள்ளுகிற சாணியை ஒரு கையில் பிதுங்கப் பிதுங்கத் தூக்கிக்கொண்டு வந்தாள். இதிலும் வெள்ளமடத்தாச்சிதான் அவளைவிடப் பெரிய உருண்டையாகத் திரட்டியிருந்தாள். ஆனால் இப்போது பேச்சு மேலவளவு காந்தியா பிள்ளை வீட்டைப் பற்றித் திரும்பி யிருந்தது. செல்லம்மக்காவும் நீலாவும் அந்த வருஷ மாம்பழ சீசனைப் பற்றிப் பேசிக்கொண்டு இருந்தார்கள்.

கீழப் புதுத் தெருவுக்குள் நுழையும்போதே பல வீடுகளில் தெருவாசல் தெளித்துக்கொண்டிருந்தார்கள். திருப்பணிமுக்கு முனிஸிபல் பாத்ரூமில் உள்ளே ஆட்கள் குளித்துக்கொண்டிருக்கிற சத்தமும் பேசுகிற சத்தமும் கேட்டது. அந்த இடத்துக்கு வந்ததும் கோமதிக்கு அதுவரை இல்லாத சந்தோஷம் வந்தது; ஏனோ தெரியவில்லை.

14

சங்கரன் பிள்ளையாகட்டும், திருத்து தேவராகட்டும் இதுபோன்ற இக்கட்டில் அவர்கள் வாழ்நாளில் மாட்டிக்கொண்டதே இல்லை. காசுக்கடை திருநாவுக்கரசு ரொம்பவும் பயந்த சுபாவி. அவனுக்கு அழுகையே வந்துவிட்டது. நவநீத பாண்டியனும் கொஞ்சம் தாட்டிக்கமானவன்தான். என்னதான் மனத்தில் தைரியம் இருந்தாலும், போலீஸிடம் அகப்பட்டுக்கொண்ட பிற்பாடு, கொஞ்சம் எப்பேர்ப்பட்ட ஆட்களையும் கால்களை இடறிவிடத்தான் செய்கிறது.

ஆனால் சங்கரன் பிள்ளை எல்லாவற்றையும் மனத்தில் வைத்துத்தான் மூன்று மணி ஆனதுமே தனது மற்ற சகாக்களிடம் சொல்லிப் பார்த்தார், 'ஆட்டத்தை இத்தோட முடிச்சுக்குவோம்பா...' என்று. ஆனால், 'இந்தச் சின்னப்பயல் சொன்னதைக் கேக்கப் போயில்லா நமக்கு இந்தக் கதியாச்சு' என்று அவர் நொந்துகொண்டு தலைவிதியை நினைக்கும்படியாகத்தான் ஆயிற்று. திருத்து மாப்பிள்ளைத்தேவர் அவர் அப்படிச்சொன்னபோது, 'என்ன அண்ணாச்சி பஞ்ச பாண்டவனுகளே பெண்டாட்டிய வச்சு ஆடியிருக்கானுக... நீங்க இன்னும் மயினியக்கூட வைக்கலை... தோத்துப் போயிட்டா, நான் மயினி சேலய உருவிரமாட்டேன். கவலப்படாதீங்க அண்ணாச்சியோவ்!...' என்று சொல்லிச் சிரித்தார்.

அவன் சொல்லி வாயை மூடிக் கொஞ்ச நேரம்கூட இராது. யாரோ நாலைந்துபேர் சரசர வென்று திருக்கல்யாண மண்டபத்துக் கேட்டைத் தள்ளுகிற மாதிரி இருந்தது. நாலைந்து போலீஸ் காரர்களும் இன்ஸ்பெக்டரும் வந்துவிட்டார்கள். திருத்துக்காரரும் நவநீதபாண்டியும் ஓட முயற்சித்தார்கள். ஆனால் காரியம் நடக்கவில்லை.

அப்போதுதான் சங்கரன் பிள்ளை, 'அடடா மோசம் போனோமே' என்று நினைத்தார்.

வருத்தப்பட்டுப் பிரயோஜனம் இல்லை என்று ஆகிவிட்டது. வந்திருந்த போலீஸ்காரர்கள் எல்லோரும் தெரிந்த ஆட்கள்தான். நத்தத்து தாஸை சங்கரன் பிள்ளைக்கு ரொம்ப நன்றாகத் தெரியும். சங்கரன் பிள்ளை செயலாக இருந்த காலத்தில் பொங்கல், தீபாவளிக்கு ஐம்பது, நூறு என்று வாங்கிக்கொண்டுபோய்த் தன் கூட்டாளிகளோடு பகிர்ந்துகொண்டிருக்கிறார். அவர் சங்கரன் பிள்ளையைப் பார்த்ததும், 'அண்ணாச்சி நீங்களா?... நீங்க இங்க இருப்பியோன்னு நான் நினைக்கவே இல்லியே அண்ணாச்சி... இந்த மாதிரி வம்புல மாட்டிக்கிட்டீகளே... புது சர்க்கிள் ஒருத்தன் வந்திருக்கான். அவன் படுத்துறபாடுல்லா இதெல்லாம்... எவனோல அவனுக்குத் தாக்கல் சொல்லியிருக்கான். அவன் ஸ்டேசனுக்குப் போனப் பண்ணிப் புடிச்சிட்டு வரச் சொல்லிட்டான்... இங்க வந்தா நீங்களும்லா இருக்கியோ... அடாடா! கிரகத்தப் பாருங்களேன்...! ஒங்கள ஸ்டேசனுக்குக் கூட்டிட்டுப் போவும்படியாவும் எனக்கு நெலமை வந்து போச்சு பாருங்களேன்... நம்மளையுமில்லா இந்த மாதிரி எக்கச்சக்கத்துல மாட்டிவிட்டு விட்டீக... இதில ஆருதான் நமக்குத் தெரியாத ஆளு... இந்தா திருத்துப் பாண்டியனே ஆப்புட்டுக்கிட்டாகளே... இத என்னன்னுதான் சொல்லுதது?' என்று ரொம்பவும் தாஸ் வருத்தப்பட்டுப் பேசினார். வந்திருந்த இன்ஸ்பெக்டர் பையன் டிரெயினிங் படிக்கிற பையனாம். திருத்து தேவர் எவ்வளவோ ஆன மட்டுக்கும் தன் வாய்வித்தையைக் காண்பித்தும் அந்தப் புதுப்பையன் அசரவில்லை.

திருக்கல்யாண மண்டபத்துக்கு வெளியே வேன் நின்றிருந்தது. அதில் ஏறும்போது சங்கரன் பிள்ளை கூசிக் குறுகிப் போனார். நவநீதபாண்டியனும் திருநாவுக்கரசும் வாயே திறக்கவில்லை. திருத்து தேவர்தான் பேசிக்கொண்டே வந்தார்.

'அண்ணாச்சி இதுக்குப் போயா வருத்தப்படுதீஹ?... நாம ஸ்டேசனுக்குப் போனதும் நம்ம சேர்மனுக்குப் போன் பண்ணுவம்... எல்லாம் தன்னாப்பல நடக்கும் பாருங்களேன்... நான் அம்புட்டு லேசுல விட்டுப்புடுவனா அண்ணாச்சி!' என்று சொன்னார் மாப்பிள்ளைத் தேவர்.

ஸ்டேஷனுக்குப் போய் போன் செய்தார். ஆனால் சேர்மன்தான் கிடைக்கவில்லை. திருச்செந்தூர் பக்கம் ஏதோ கூட்டமென்று மத்தியானமே புறப்பட்டுப் போய்விட்டாராம். சங்கரன் பிள்ளையும் கல்யாணியா பிள்ளை வீட்டுக்குப் போன் போட்டுப் பார்த்தார். கல்யாணியா பிள்ளை திடீரென்று

அன்று காலையில்தான் மதுரைக்குப் போனாராம். ரொம்ப வருத்தப்பட்டுக்கொண்டே ஒரு மூலையில் போய் பெஞ்சில் உட்கார்ந்துவிட்டார். ஆனாலும், திருத்துக்காரர் இன்னும் எல்லோருக்கும் தைரியம் சொல்லிக்கொண்டிருந்தார். தெரிந்த ஆட்கள் யாராவது ரோட்டில் போகிறார்களா, ஏதாவது ஏற்பாடு பண்ணலாம் என்று பார்த்தார். சீமான் பிள்ளை தற்செயலாக போலீஸ் ஸ்டேஷன் பக்கம் வந்துகொண்டிருந்தான். சங்கரன் பிள்ளை கையைத் தட்டிக் கூப்பிட்டார். அவன் வந்து விஷயத்தைக் கேட்டுவிட்டுப் போனவன் போனவன்தான். 'இந்தா வரேன்' என்று சொல்லிவிட்டுப் போனான். ராத்திரி மணி பத்தாகியும் ஆள் தகவலே இல்லை. 'சரி... இன்னைக்கி போலீஸ் ஸ்டேஷன்ல தூங்கணும்னு எளுதியிருக்கு போலிருக்கு...' என்று நினைத்துக் கொண்டார்.

நல்ல வேளையாக நவநீத பாண்டியன் ஒரு கான்ஸ்டபிள் மூலமாய்த் தன்னுடைய வீட்டுக்குத் தகவல் சொல்லி அனுப்பியிருந்தான். அவனுடைய வீட்டிலிருந்து அவனுடைய தகப்பனாரே வந்துவிட்டார். துணைக்கு நவநீதனுடைய அண்ணனையும் கூட்டிக்கொண்டு வந்து சேர்ந்தார். சங்கரன் பிள்ளையை அவருடைய அப்பா காலத்திலிருந்தே தெரியும். வந்த மனுஷன் கொஞ்ச நேரத்தில் சங்கரன் பிள்ளையிடம் வந்து, 'ஐயா, நீங்க எப்பேர்ப்பட்ட குடும்பத்து ஆளு... ஒங்க வயசென்ன, காரியங் கணக்கென்ன?... இந்த மாதிரி சின்னப்புள்ளைக கூட சகவாசம் வைக்கலாமாய்யா? ஒங்களுக்கு எதுக்கு இந்தச் சனியனெல்லாம்' என்று ஆற்றாமைப்பட்டார்.

மறுநாள் கோர்ட்டில் ஆஜர் செய்த பிறகுதான் ஜாமீனில் விடமுடியும் என்று சர்க்கிளே சொல்லிவிட்டார் என்று எஸ்.ஐ கையை விரித்துவிட்டார். ஆனால் திருத்து தேவரை மட்டும் வெளியே அனுப்பிவைத்துக் காலையில் ஸ்டேஷனுக்கு வந்துவிட வேண்டுமென்றார்.

மறுநாள் வீட்டுக்கு வரும்போது மத்தியானம் மூணு மூணரைக்கு மேலே இருக்கும். எல்லோருக்குமே ஜாமீனுக்கு எடுக்க ஆள் இருந்தது. சங்கரன் பிள்ளைக்கு நவநீத பாண்டியன் அப்பாவே ஜாமீன் கொடுத்தார்.

'உங்க வீட்டு உப்பு இந்த ஒடம்புல கொஞ்சம் சேர்ந்திருக்கு ஐயா, இட்டமொழியிலே இருந்து குழந்தையளும், குட்டியளுமா தெருவுல நின்னுக்கிட்டிருந்தப்போ, பாவம்னு பாத்த ஒரே மனுஷன், பெரியவர் ஒருத்தர்தான். அப்பேர்க்கொத்த மனுஷனுக்கு, அவுஹ புள்ளைக்கி நான் இதக்கூடச் செய்யலன்னா நன்றி இல்லாத பாவியாயிருவேன்...' என்று சொல்லி ஜாமீன்

கொடுத்து எடுத்து, நவநீத பாண்டியனையும் அவரையும் கொக்கிரகுளத்து ஆற்றில் குளிக்கச் செய்து ஜங்ஷன் சாரதா விலாஸில் சாப்பாடு வாங்கிக் கொடுத்து, தன்னுடைய மாரீஸ் மைனர் வண்டியிலேயே கொண்டுவந்து தெற்குப் புதுத் தெருவில் வீட்டு முன்னால் இறக்கிவிட்டார். சங்கரன் பிள்ளை அவரை வீட்டுக்குள் வரச் சொன்னதற்கு, பிறகு ஒரு தடவை சாவகாசமாய் வருகிறேன் என்று சொல்லிவிட்டார்.

'இந்தக் காலத்திலும் இப்படியும் அங்கங்கே யாராவது மனுஷன்கள் இருக்கப் போய்தான் ஒண்ணுக்குப் பத்தாவது மழை பெய்யிது' என்று நினைத்துக்கொண்டே, ஒருச்சாய்த்துக் கிடந்த கதவைத் திறந்தார். பட்டகசாலையில் சௌந்திரம் படுத்துக் கிடந்தாள். நல்ல தூக்கம் போலும். பக்கத்தில் போய்ப் பார்த்த போதுதான் தெரிந்தது, அவள் தூங்காமல் குப்புறப் படுத்து அழுதுகொண்டிருக்கிறாள் என்பது. தன்னை போலீஸ் பிடித்துக்கொண்டு போனது இவளுக்குத் தெரிந்துபோய்விட்டதே? அவளைச் சமாதானப்படுத்த வேண்டியதுதான் என்று எண்ணிக்கொண்டே பக்கத்தில் போய் உட்கார்ந்து, அவளுடைய தோள்களைத் தொட்டு, 'ஏளா ... எதுக்கு அழுதே?' என்று மெதுவாகக் கேட்டார். சௌந்திரம் முகத்தைத் திருப்பி அவரை ஏறிட்டுப் பார்த்துவிட்டு, அவர் மடியில் தலையை நகர்த்திவைத்துச் சாய்ந்துகொண்டு மேலும் அழத் தொடங்கினாள். பிறகு சிறிது நேரம் கழித்து அவளே சுடலி வந்து சொன்னதைச் சொன்னாள்.

'எங்கய்யா போயிட்டியோ? . . . நேத்தையில இருந்து இந்தா வந்திருவியோ அந்தா வந்திருவியோன்னு தேடுதேன் ... சாயந்திரமே சொடலி வந்துட்டு' போனா ... அதுல இருந்து மனசு அடிக்க ஆரம்பிச்சுது ...

'எந்தச் சொடலியச் சொல்லுத? ...'

'வேற ஆரு! வண்ணாத்தி சொடலியத்தான். ஒரு மாசமாவே அவுஹ ரொம்ப முடியாம கெடந்திருக்காக ... என்னையப் பாக்கணும்னு சொடலிகிட்டே சொல்லி அனுப்பிச்சிருக்காஹ ... நேத்தே நீங்க வந்திருவியோ, சொல்லிட்டுப் போயிரலாமுன்னு. பார்த்தேன் ... ஆளக் காணல. காலையிலே பத்து மணி இருக்கும், தந்தி வந்திச்சு; நேத்து ராத்திரி ஏழு மணிக்கே சீவம் போயாச்சி. பாவி மவன்கிட்ட இவ சொடலி போயி, 'நாச்சியாரப் பார்த்தே'ன்னு சொல்லுத வரைக்கும் சீவங் கெடந்திருக்கு ... அதிகாரியா இருந்து அதிகாரியாவே போயிட்டாக...

15

அந்த வருஷம், தாமிரவருணியைப் பார்த்தால் கோடைக் காலம் துல்லியமாகவே தெரிந்தது. ஆனால் தண்ணீரே இல்லாமல் போய்விடவில்லை ஆற்றில். ‘ஆடி, கோடையிலும் வற்றாத நதி தாமிரவருணி’ என்று திருநெல்வேலிக்காரர்கள் பெருமைப்படுகிறதுக்கு அந்த வருஷம் தாராளமாகவே நடந்துகொண்டது ஆறு. சுலோசன முதலியார் பாலத்திற்கடியில் இரண்டு கணவாய்களிலும், நீளவாக்கில் சலவைத் தொழிலாளி சேலையை மணலில் நீளமாக விரித்துக் காயப் போட்டதுபோல ஓடிக்கொண்டிருந்தது.

கோடைக்காலம் வந்துவிட்டாலே எப்போதும் பாளையங்கோட்டையில் தண்ணீர் கஷ்டம்தான். அதிகாலை நான்குமணிக்கே வண்ணார்ப்பேட்டை ரோட்டில் ஆற்றுக்குப் போகிற கூட்டம் போக ஆரம்பித்துவிடும். பாளையங்கோட்டையிலிருந்து தாமிரவருணி இரண்டு மைல் தூரத்தில் ஓடிற்று. வெள்ளக்கோவில் பக்கம் போனால் ஒண்ணரை மைலுக்குள்ளேயே ஆற்றைப் பார்த்துவிடலாம். கோட்டூர் ரஸ்தாவில் இருக்கிறவர்கள் திருவண்ணாதபுரம் ஆற்றுக்குத்தான் போய் வருவார்கள். பெண்களாக இருந்தால் வயல் வழியாகக் குறுக்கே நடந்து வெள்ளக்கோவில் ஆற்றுக்குப் போய்விடுவார்கள். வெள்ளக் கோவில் துறையில் துவைக்க வைக்க வசதியிருந்தது என்பதைத் தவிர அவ்வளவாகக் கூட்டமும் இராது. ஆனால் அந்தத் துறையைப் பொறுத்து ஒரு மோசமான விஷயம், ஆற்றுக்குள் இறங்கினால் கால்களில் எலும்புகள் தட்டுப்படும்; கருப்பந்துறையைப் போல. இதற்குக் காரணம் இல்லாமல் போய்விடவில்லை. வெள்ளக்கோவிலில்தான் மயானம் இருந்தது.

இருந்தாலும், பாளையங்கோட்டை ஊர்க்காரர்களில் ரொம்பப்பேருக்குவண்ணார்ப்பேட்டைதுறையும்கொக்கிரகுளத்து ஆற்றுப் பாலத்தடித் துறையும்தான் பிடித்திருக்கிறது இதற்கு என்ன காரணம் என்று கண்டுபிடிப்பது ரொம்பவும் கடினம். வண்ணார்ப்பேட்டைக்குப் போகிற ரோட்டில் முருகன் குறிச்சியைத் தாண்டினால் ஊசிக் கோபுரத்திலிருந்து ஏகப்பட்ட மரங்கள் இரண்டு பக்கமும் இருந்தன. இந்த மரங்களினூடே, அவ்வளவு அகலமான சாலையில் நடந்துபோய் வருகிறதென்பது மனுஷ வாழ்வில் சாதாரணமான ஒன்றல்ல.

இதைப்பற்றிக் குரு தெருவில் இருக்கிற பால்துரை வாத்தியாரிடமும், மார்க்கெட் பக்கத்திலிருந்து குளிக்க வருகிற தீத்தாரப்ப முதலியார், ரங்கையா நாயுடு, போஸ்ட் ஆபீஸ் ஹெட் கிளார்க் ஆழ்வார்தாஸ் ஆகியோரையும் கேட்டால் நிறையவே சொல்லுவார்கள். பால்துரை வாத்தியார் இடுப்பில் சிட்டித் துண்டை மட்டும் கட்டிக்கொண்டு உடம்பு பூராவும் எண்ணெய் தேய்த்துக்கொள்வார். மடியில் கோபால் பல்பொடியைக் காலண்டர் தாளில் மடித்து எடுத்துக்கொண்டு, கையில் ஒரு சின்ன வெங்கலக் கிண்ணத்தில் சீயக்காய்ப் பொடியைப் பொத்தி வைத்தபடியே கொக்கிரகுளத்து ஆற்றுப் பாலத்துக்கு ஒரே சீராக ஓடுவார். ஊசிக் கோபுரத்தை அவர் தாண்டுகிறபோது ஊசிக் கோபுரத்து மணிக்கூண்டு மணியில் மணி நாலேகால் ஆகியிருக்கும். இந்த நாலேகால் மணியை எந்தப் பனியானாலும், மழையானாலும்கூட தாண்டவிடமாட்டார். அவர் ஊசிக் கோபுரத்தைத் தாண்டிய ஐந்தோ, பத்தோ நிமிஷத்துக்குள் தீத்தாரப்ப முதலியார் கோஷ்டி – எல்லோருக்கும் நாற்பது வயதுக்கு மேல் – ஊசிக் கோபுரத்தைத் தாண்டும். தீத்தாரப்ப முதலியார் கோஷ்டியாவது பரம வைதிகர்கள். ஆனால் பால்துரை வாத்தி யார் ஒரு கிறிஸ்தவர். பால்துரை வாத்தியார் போய்ச் சேர்ந்த பத்தே நிமிஷத்தில் இந்தக் கோஷ்டியும் பாலத்தடிக்குப் போய்ச் சேர்ந்துவிடும். இவர்கள் வருகிறவரை பால்துரை வாத்தியார் ஆற்றுமணலில் தேகப் பயிற்சிகளைச் செய்து கொண்டிருப்பார். பால்துரை வாத்தியாருக்குத் துவைக்கத் துணிகள் எதுவும் இல்லாதபடியால் அவர்கள் எல்லோரும் துவைக்கிறவரை தனது உடற் பயிற்சிகளை அவர்களிடம் பேசிக்கொண்டே செய்வார்.

இந்த நிகழ்ச்சி பதினெட்டு ஆண்டுகளாக நடந்து வருகிற ஒன்று. அவர்களுக்குள் யார் வீட்டில், எந்த ஊரில் கல்யாணம் ஆனாலும் மற்றவர்கள் குடும்பத்தோடு போய் வந்து விடுவார்கள். பால்துரை வாத்தியார் பையனுக்கும் ஆழ்வார்தாஸின் மூத்த மகளுக்கும் தீத்தாரப்ப முதலியார் தம்முடைய சிபாரிசின் பேரில்

வண்ணார்ப்பேட்டை கோவாப்ரேட்டிவ் பாங்கில் வேலை வாங்கித் தந்திருந்தார். அவர்களில் ஆச்சரியமான ஒரு விஷயமும் புதைந்திருந்தது. ஊருக்குள் எவ்வளவோ வியாதிகள் வந்து போனதுண்டு. (சிறிது காலத்துக்கு முன்னால் ஏதோ வாய்க்குள் நுழையாத பேரில் காய்ச்சல் ஒன்றுகூட வந்து போயிற்று.) அவர்களில் யாரும் வியாதி, வெக்கை என்று வந்து படுத்ததே இல்லை. ஆழ்வார்தாஸ்தான் ஒரு தடவை தன்னுடைய ஆபீஸ் யூனியன் மாநாடு என்று கோயமுத்தூருக்குப் போனவர் தண்ணீர் ஒத்துக்கொள்ளாமலோ, சாப்பாடு ஒத்துக்கொள்ளாமலோ என்னவோ ஒருவாரம்போல படுத்துக்கிடந்தார்.

பாப்பையாவும் சிவகாமியும்கூட இதுபோலக் கோடை காலத்தில் ஆற்றுக்குக் குளிக்க வந்திருக்கிறார்கள். அப்போது சிவகாமிக்கு வேலை இல்லை. அவள் வேலைக்குப் போனபிறகு பாப்பையா மட்டும் தன் சிநேகிதர்களோடு ஆற்றுக்குக் குளிக்க வருவான். இப்போது பாப்பையாவின் சிநேகிதர்களில் நிறையப் பேர் எப்படி எப்படியோ ஊரை விட்டுப் போய்விட்டார்கள். மேகநாதன் எங்கேயும் போக முடியாது. அவன் சொந்த வியாபாரத்தில் ஈடுபட்டிருந்தபடியால் இதிலிருந்து தப்பி விட்டான். சிவன் கோவில் தெருவில் மணிகூட கல்கத்தா வுக்குப் போய்விட்டான். அங்கே கண்ணாடிப் பாத்திரங்கள் செய்கிற தொழிற்சாலையில் வேலை கிடைத்துப் போய் இரண்டு வருஷங்களுக்கும் மேல் ஆகிவிட்டன. சீக்கிரம் அவனுக்குக் கல்யாணம் இருக்குமாம். மார்க்கெட்டுக்குப் போயிருந்தபோது ஒருநாள் அவனுடைய அப்பாவைப் பார்த்தான். அவர்தான் இந்தத் தகவலைச் சொன்னவர்.

மணி எப்படித்தான் அந்தக் கண்ணாடித் தொழிற்சாலையில் வேலை பார்க்கிறானோ தெரியவில்லை? நிறையப் படமெல்லாம் போடுவான்; பாட்டுப் பாடுவான்; பள்ளிக்கூட நாடகத்தில்கூட நடித்திருக்கிறான். அவனை இயந்திரங்களுக்கு மத்தியில் நினைத்துப் பார்க்கவே முடியவில்லை. ஆனாலும் ஏனோ இப்படித்தான் ஆகிவிடுகிறது.

பரமனுக்கும் இப்படித்தான் போன வருஷம் கிறிஸ்துமஸ் சமயத்தில் நடந்துவிட்டது. மெட்ராஸிலிருந்து கிறிஸ்துமஸுக்கு மறுநாள் பரமனுக்கு ஒரு ஆர்டர் வந்தது. ஆர்டரில் 1ஆம் தேதியே வந்து வேலையை ஒப்புக்கொள்ளச் சொல்லி எழுதியிருந்தது. பரமன் அந்த ஆர்டரை எடுத்துக்கொண்டு வந்து சிவகாமி அக்காவிடம் காட்டி விவரத்தைத் தெரிந்துகொண்டான்.

நன்றாக ஞாபகம் இருக்கிறது. அதற்கு முதல் நாள்தான் கிறிஸ்துமஸ். அன்று ரெயினீஸ் ஐயர் தெருவில் தியோப்ளஸ்

வீட்டுக்குப் பரமனும் பாப்பையாவும் போயிருந்தார்கள் தியோப்ளஸின் வீட்டை பாப்பையாவுக்கு எப்போதும் பிடிக்கும். தட்டோட்டியிலிருந்து மழைத் தண்ணீர் விழுகிற தொண்டில் காய்ந்து கிடக்கிற பாசியில் ஒரு சிறு செடி முளை விடுவது சாதாரணமான ஒரு விஷயம்தான். ஆனால், பாப்பையாவுக்கு எந்த வீட்டில் இதுபோன்ற செடிகள் முளைத்திருக்கிறதைப் பார்த்தாலும் தியோப்ளஸ் வீட்டுச் செடியின் ஞாபகம்தான் வருகிறது.

கிறிஸ்துமஸ் அன்று இரவு சர்வீஸுக்கு தியோப்ளஸ் வீட்டாருடன் பரமனும் பாப்பையாவும் கோவிலுக்குப் போனார்கள். தியோப்ளஸின் தகப்பனார் ஊசிக் கோபுரத்துக் கோவிலில் ஐயராக இருந்தார். கோவிலுக்கும் வீட்டுக்கும் அப்படி ஒன்றும் தூரமில்லை. ஆனாலும் அந்தப் பனிக்குள் பேசிக்கொண்டே நடந்தபோது நீண்ட தொலைவுக்கு நடந்தது போலிருந்தது. எல்லா வீட்டு வாசல்களிலும் ஸ்டார்லைட் தொங்கவிட்டிருந்தார்கள். தெருவெங்கும் துண்டுதுண்டாகக் கிடந்த அந்த வெளிச்சத்தில் தியோப்ளஸ், அவனுடைய அம்மா, அவனுடைய உறவினளான டாரதி இவர்களோடு பரமனும் இவனும் போனார்கள்.

தியோப்ளஸின் அம்மாவிடம் பாப்பையா மூன்றாவது வகுப்பு படித்திருக்கிறான். அப்போது அவள் இவ்வளவு தடியாக இல்லை. மார்க்கெட் ஸ்கூலில் வேலைபார்த்துக்கொண்டே பரீட்சை எழுதி, இப்போது மேரி சார்ஜெண்ட் ஸ்கூலுக்குப் போய், பத்தாவது வகுப்புக்குப் பாடம் எடுக்கிற ஆசிரியையாகி விட்டாள்.

மார்க்கெட் ஸ்கூலில் வேலை பார்த்தவளிடம் பல நல்ல குணங்கள் இருந்தன. அவளிடமொரு எளிமை இருந்தது. சாதாரண வாயில், கைத்தறிச் சேலைகளைத்தான் அணிந்துவந்தாள். புஸ்தகங்களை இப்போது போலத்தான் அப்போதும் மார்போடு மார்பாக அணைத்துக்கொண்டு பள்ளிக்கூடத்திற்குப் போய் வருகிறாள். ஆனாலும் அவளை நீண்ட நாட்களாகப் பார்த்து வருகிறவர்களால் முன்பு அவளுடைய மெலிந்த கைகளில் இருந்த பணிவையும், படாடோபமுமற்ற தன்மையையும் இப்போது காணமுடியவில்லை. வெறும் கண்ணாடி வளையல்கள் அல்லது ரப்பர் வளையல்கள் கிடந்த கைகள்தான் அப்போது புஸ்தகங்களையும் காம்போஸிஷன் நோட்டுகளையும் அணைத்துக்கொண்டு சென்றிருந்தன. இன்று அதே விரல்களின் பருமனில் ஒரு மினுமினுப்பும் செழுமையும் ஏறியிருந்தன. நகங்கள் முன்பைவிடப் பளபளப்போடு உட்குவிந்து ஒரு சினிமா நடிகையின் விரல்களைப் போல ஆகிவிட்டன.

கம்பா நதி ஐ 87 ஞ

அப்போது தியோப்ளஸின் அப்பாவும் சமாதானபுரம் கோவிலில்தான் ஐயராக இருந்தார். வீடுகூட இந்த ரெயினீஸ் ஐயர் தெருவில் இல்லை. திருச்செந்தூர் ரோட்டில் ஒரு பெரிய வீட்டின் பின்பகுதியில் இரண்டே இரண்டு அறைகளை வாடகைக்கு எடுத்துக்கொண்டு குடியிருந்து வந்தார்கள்.

பாப்பையா தியோப்ளஸைப் பள்ளிக்கூடத்திற்குக் கூப்பிட வரும்போது அவனுக்கு அன்று காலையில் அவர்கள் வீட்டில் செய்த பலகாரத்தைத் தராமல் இருக்கமாட்டாள். எவ்வளவுதான் இவன் மறுத்தாலும் கொஞ்சமாவது சாப்பிட வேண்டுமென்று வற்புறுத்துவாள். ரெயினீஸ் ஐயர் தெரு வீடு அந்த வீட்டைவிடப் பெரிய வீடுதான். வீட்டின் முற்றத்தில் சிறிது இடம்கூடக் கிடந்தது. டாரதி அந்த இடத்தில் ஏதோ தனக்கு விருப்பமான பூஞ்செடிகளைப் போட்டிருந்தாள். நிறைய விருந்தினர்கள் வந்து தங்கியிருக்கக்கூடிய அளவுக்கு நிறைய அறைகளையும் மாடியையும்கூட அந்த வீடு கொண்டிருந்தது. வீட்டையும் ஓரளவுக்கு நன்கு அலங்கரித்துத்தான் வைத்திருந்தாள் அமலியா. திருச்செந்தூர் ரோட்டு வீட்டில் எங்கு பார்த்தாலும் துணிகளும் ஏதேதோ வீட்டுச் சாமான்களும் எங்கும் இறைந்து கிடக்கும். அவைகளினூடே நடந்து அடுப்படிவரைகூடச் சென்று வந்திருக்கிறான் பாப்பையா. ஆனால் ரெயினீஸ் ஐயர் தெரு வீட்டில் முன் வராந்தா என்ற ஒன்று ஏற்பட்டுவிட்டது. அதில் இரண்டு நார்க் கட்டில்களும் கிடக்கின்றன. அவற்றைத் தாண்டி அந்நிய மனிதர்கள் யாரும் உள்ளே போய்விட முடியாது. தியோப்ளஸ் இருந்தால் மாடிக்கு அழைத்துப் போவான். (அவனுக்கென்று அந்த மாடிப் பகுதியை ஒதுக்கிவிட்டார்கள்.)

பெரிய கோவிலுக்கு – கதீட்ரலுக்கு – வந்தபிறகு அவனுடைய அப்பாகூட பாப்பையாவிடம் அதிகம் முகம் கொடுத்துப் பேசுவதைப் பெரிய குற்றமாகக் கருதுகிறவரைப் போல நடந்துகொள்ள ஆரம்பித்தார். ரொம்பவும் யோசனை பண்ணிச் சிரிக்கிறது மாதிரி பாப்பையாவைப் பார்த்துச் சிரிப்பார். பல தடவைகளில் அவனைப் பார்க்காத மாதிரி பாவனை பண்ணிக்கொள்ளவே முயற்சிப்பார். இருந்தாலும் தியோப்ளஸுக்காக அந்த வீட்டுக்குச் சென்று வருகிறான் இவன். இவன் மட்டும் எப்போதும் போலப் பழகி வந்தான். இதை அதிர்ஷ்டமென்றுதான் சொல்ல வேண்டும். அவனுக்கு இப்போது காலேஜில் எத்தனையோ புது நண்பர்கள் ஏற்பட்டிருந்தார்கள். என்றாலும் அவன் பாப்பையாவிடம் பழகுகிறது, பேசுகிறது எல்லாமே விட்ட இடத்திலிருந்து திரும்பத் தொடங்குகிற மாதிரிதான் இருந்தது. இது ஒரு பழைய பால்ய கால நண்பனுக்குச் சந்தோஷத்தையும் பெருமையையும் தருகிற விஷயம்தானே?

தியோப்ளஸ் பாப்பையாவைத் தன் மனத்தில், தோளில் கையைப் போட்டுக்கொண்டு பள்ளிக்கூடம் போய் வந்த இடத்திலேயேதான் வைத்திருப்பான் என்பதற்கு, பரமனும் பாப்பையாவும் அவனைத் தேடிப் போன அந்த கிறிஸ்துமஸ் நாளுக்குச் சில தினங்களுக்கு முன்புகூட ஒரு சம்பவம் நடந்தது. அன்று தியோப்ளஸ் பாப்பையாவின் வீட்டுக்கு வந்திருந்தான். பாப்பையாவின் வீட்டில் அடுப்பு எரிக்கிற மரப்பொடி தீர்ந்துபோயிருந்தது. தியோப்ளஸை இருக்கச் சொல்லிவிட்டு பாப்பையா மட்டும் கண்ணனுடைய சைக்கிளை வாங்கிக் கொண்டு மரப்பொடி வாங்கப் புறப்பட்டான். மரப்பொடியை வாங்கி சைக்கிளுக்குப் பின்னால் காரியரில் வைத்துக் கட்டி, பாப்பையாவையும் முன்னால் உட்கார வைத்துக்கொண்டு தியோப்ளஸே சைக்கிளை ஓட்டி வந்தான்.

கோவிலுக்குள் கிறிஸ்துமஸ் ஆராதனை நடந்துகொண்டிருந்த போது பரமன், பாப்பையா, தியோப்ளஸ் மூவரும் கோவிலுக்கு வெளியே பனிக்குள் நின்று பேசிக்கொண்டிருந்தார்கள். அப்போது பரமன், 'அடுத்த வருஷ கிறிஸ்துமஸுக்கு நாம் எல்லோரும் எங்கெங்கே இருக்கப் போறோமோ!...' என்றான். இதை அவன் ரொம்பவும் தற்செயலாகத்தான் சொன்னான். இதேபோல எத்தனையோ நண்பர்கள் ஒருவருக்கொருவர் பேசிக் கொண்டிருந்திருக்க முடியும். பிரிந்துபோய்விடுவது என்பது பஸ்ஸில் போய் இறங்குகிறதைப் போல சாதாரணமான ஒரு விஷயமா என்ன? இதை மனத்தில் நினைத்துக் கொண்டுதான் பரமன் அப்படி பேசினான். இது 'வேதம் மாதிரி பலித்து விட்டது' என்று, மறுநாள் தியோப்ளஸைப் பார்த்துத் தனக்கு வேலைக்கு உத்தரவு வந்திருப்பதைப் பற்றிச் சொல்லிவிட்டு விடைபெறச் சென்றபோது, தியோப்ளஸ் இப்படிச் சொன்னான். அப்போது அவன் வீட்டு மாடிக் கைப்பிடிச் சுவரைப் பிடித்துக் கொண்டு மூன்றுபேரும் நின்றுகொண்டிருந்தார்கள். இதைச் சொல்லும்போது தியோப்ளஸின் கண்கள் கீழே கிடந்த தெருவைப் பார்த்துக்கொண்டிருந்தன. எப்போதும் அதிக நடமாட்டமில்லாததைப் போலவே அப்போதும் தெருவில் அதிக நடமாட்டமில்லை.

பரமனுக்குத் தேவையான சாமான்களைக் கட்டி எடுத்து வைக்க வேண்டிய வேலையில் பாப்பையாவும் தியோப்ளஸும் அந்த இரண்டு நாட்களும் உதவி செய்தார்கள். பரமனை ரயில் ஏற்றி அனுப்புகிற அன்று தியோப்ளஸும் பாப்பையாவும் ஸ்டேஷனுக்குப் போயிருந்தார்கள். பாப்பையாவின் மனம் ரொம்பவும் கஷ்டப்பட்டது. அதற்கு முன்னால் அதே ஸ்டேஷனுக்கு கணேசனையும், மணியையும் இதேபோல வழி

அனுப்பி வைத்திருந்ததை நினைக்காமலிருக்க முடியவில்லை. மணியையும் கணேசனையும் வெளியூருக்கு அனுப்பிவைக்க வந்தபோது காபி குடித்த அதே பிளாட்பாரத்திலுள்ள காண்டீனில் அன்றும் காபி குடித்தார்கள்.

தியோப்ளஸின் மனத்தில் என்ன இருக்கிறதென்பதை யாரும் லேசில் தெரிந்துகொள்ள முடியாது. எப்போதும் போல இருக்கிற மாதிரியே இருப்பான். எதனாலும் பாதிக்கப்படாதவன்போல இருப்பான். ஆனால் அன்று ரயில்போன பிறகு, தியோப்ளஸூம் பாப்பையாவும் ஜங்ஷன் பஸ்ஸ்டாண்டுக்குத் திரும்பி வருகிறபோது, தியோப்ளஸ் பரமனைப் பற்றியே பேசிக்கொண்டு வந்தான். தியோப்ளஸ் முருகன்குறிச்சி வாய்க்கால் பாலத்து ஸ்டாப்பில் இறங்கிப் போய்விட்டான். பாப்பையாவுக்கு இன்னும் கொஞ்ச தூரம் போக வேண்டும். தனியாகப் போகக் கஷ்டமாக இருந்தது. மார்க்கெட் ஸ்டாப்பில் இறங்கியபோது ஸ்டாப்புக்கு எதிரே இருந்த மூப்பனார் கடைப் பலகையில் ஒட்டியிருந்த சிஸர்ஸ் சிகரெட் விளம்பரத்தில் எழுதியிருந்த வாசகங்களை அன்று பார்த்தது இன்னும் ஞாபகமிருக்கிறது.

மணி, பரமன் எல்லோரும் ஊரைவிட்டுப் போய் விட்டார்கள் என்பதற்காகக் கோடைக்காலம் தன்னை ஒத்திப்போடவில்லை. பாளையங் காலில் அந்த வருஷம் பிப்ரவரி மாதமே தண்ணீர் நின்றுவிட்டது. உலகம் ரொம்பவும்தான் மாறிப் போய்விட்டது.

பங்குனி உத்திரம் வரைக்கும்கூட அந்தக் காலத்துல பாளையங்கால்ல தண்ணீ வழிஞ்சு ஓடும். கலி முத்திப் போச்சுப்பா . . . இந்த மாதிரி மாசிக்குள்ளயே தண்ணீயப் பூட்டிட்டானே?' என்று மரகதமும் மச்சு வீட்டு நடராஜ பிள்ளை பொஞ்சாதியும் பேசிக்கொண்டார்கள். மூளிக் குளத்துக்குள் பாளையங்காலிலிருந்து வருகிற தண்ணீரை எல்லாம் ஒரு இரண்டு நாட்கள் போல வாய்க்காலை மறித்துத் திருப்பி விடுவார்கள். மூளிக் குளத்துத் தண்ணீர்தான் ஒரு காலத்தில் குடி தண்ணீராகப் பயன்பட்டு வந்தது. தண்ணீரை மறிக்கிறதுக்காகப் பிள்ளையார் கோவில் பாலத்திற்குக் கீழே பிரப்பம் பாய், மணல் மூட்டைகளை அடுக்கித் தேக்கிவிடுவார்கள். இதனால் தெப்பம் மாதிரி முருகன் குறிச்சி நாவல்பழப் படித்துறையையும் தாண்டித் தண்ணீர் தழும்பத் தழும்ப நிற்கும். இந்தத் தண்ணீரில் நேரங்காலம் பாராமல் பிள்ளைகள் படித்துறை மண்டபங்களில் ஏறிக் குதித்து விளையாடும். பாப்பையாவும் நாலைந்து வருஷத்துக்கு முன்புகூட அந்த உலகத்தில்தான்

இருந்து வந்தான். இப்போது எஸ்.எஸ்.எல்.சி. எழுதின பிறகு அந்த உலகத்தையெல்லாம் எங்கேயோ தவற விட்டுவிட்டான். விருப்பத்துடனேதான் இதைச் செய்தானா அல்லது தற்செயலாக நடந்ததா என்று அவனாலேயே சொல்ல முடியாது. ஆனால் மரகதமும் நடராஜ பிள்ளை சம்சாரமும் வருத்தப்படும் படியாகத்தான் அந்த வருஷம் சர்க்கார் நடந்துகொண்டது. மூளிக் குளத்துக்குள் வழக்கம்போல் தண்ணீரைக்கூடப் பெருக்கவில்லை. மாசி மாதமே தண்ணீரை நிறுத்தியதைவிட, மூளிக் குளத்துக்குள் கோடைத் தண்ணீரைப் பெருக்காதது இரண்டு பெண்களுக்குமே பெரிய குற்றமாகப் பட்டது. ஆனால் சர்க்கார் இவர்கள் வீட்டு முற்றத்தில் நின்று யோசனை கேட்டுச் சேவகம் செய்துகொண்டிருக்க முடியாத ஒன்று என்பதை அந்தப் பெண்கள் இரண்டு பேருமே உணரவில்லை. மத்தியானச் சாப்பாட்டுக்குப் பிறகு டெய்லர் கணேசனின் மனைவி வஸந்தா தன்னுடைய வீட்டுத் தார்சாவில் திருவை போட்டுத் திரித்துக்கொண்டிருந்தாள். மரகதமும் மாடி வீட்டு அம்மாவும் அவளைச் சுற்றி உட்கார்ந்து பேசிக்கொண்டிருந்தார்கள். அப்போதுதான் இதுபோல அவர்கள், 'உலகமே மாறிப் போச்சு' என்றும், சர்க்காரும்கூட தலைகீழாகத்தான் நடக்கிறது என்றும் குற்றம் சாட்டினார்கள்.

பாளையங்காலில் தண்ணீர் நின்றதும் ஆற்றுக்குக் குளிக்கப் போகிறவர்களில் ஒருத்தியாக சிவகாமியும் இருந்து வந்தவள்தான். இப்போது அவளுக்கும் அந்த விருப்பமான வழக்கத்தைத் தொடர்ந்து செய்ய முடியாதபடி அவளுடைய வேலை குறுக்கிட்டது. ஆற்றுக்குப் போய்விட்டு வந்து ஆபீஸுக்குப் போகக் கஷ்டமாக இருந்தது. இதனால் ஆற்றுக் குளியலைத் துறக்க வேண்டியதாகிவிட்டது. மணி, பரமன், கணேசன் எல்லோரும் இருந்தபோது பாப்பையா அவர்களோடு பேசிக்கொண்டே ஆற்றுக்குப் போய் வருவான். ஆற்றிலிருந்து திரும்ப குறைந்தது ஒரு இரண்டுமணி நேரமாவது ஆகும். கண்ணன் நல்லபடியாக இருந்தபோது அவன்கூட வந்திருக்கிறான். தியோப்ளஸ் வீட்டில் மட்டும் யாருமே ஆற்றுக்குப் போனதில்லை.

கிறிஸ்தவர்கள் ஆற்றுக்குப் போகக்கூடாது என்று சட்டம் ஒன்றுமில்லை. ஆனால் ரெயினீஸ் ஐயர் தெருவிலும், அடைக்கலாபுரத்தில் உள்ள கிறிஸ்தவர்களும்கூட ஆற்றுக்குக் குளிக்கப் போவதில்லை. இதில் பால்துரை வாத்தியார் மட்டும் எப்படியோ தப்பிப் போயிருந்தார். ஆனால் குலவணிகர்புரத்தில் இருந்த நாடாக்கமார் கிறிஸ்தவர்கள் ஆற்றைப் பிரஷ்டம் செய்துவிடவில்லை. அவர்கள் 5ஆம்

நம்பர் பஸ் ஏறிக் கொக்கிர குளத்தில் இறங்கிக் குளித்துவிட்டுப் போனார்கள். முருகன்குறிச்சி பிள்ளைமார் கிறிஸ்தவர்கள்தான் இந்த மாதிரிச் செய்தார்கள் என்று சொல்ல வேண்டும். மார்க்கெட்டில் கடை வைத்திருக்கிற சில சாயபுமார்கள்கூட ஆற்றுக்குக் குளிக்கப் போனார்கள். அவர்கள் வீட்டுப் பெண் பிள்ளைகள் சாயந்திர வேளைகளில் ஏகப்பட்ட துணிமணி களைத் தோள்களில் போட்டுக்கொண்டு போய் சோப்புப் போட்டுத் துவைத்துத் திரும்பவும் அதே பொதிச் சுமையோடு திரும்பிவந்துகொண்டிருந்தார்கள்.

மரகதத்தம்மாளின் வீட்டு நிர்வாகப்படி, சிவகாமிக்கு மட்டும் பம்ப் தண்ணீர் என்ற சட்டம் இருந்தது. கோடைக் காலத்தில் பம்ப்பில் தண்ணீர் சரியாக வரவில்லை. எனவே, பாப்பையா கண்டிப்பாக ஆற்றில்தான் குளித்தாக வேண்டும் என்று, தனது சட்டத்தைக் கடுமையாகவே அமுல்படுத்தினாள். பாப்பையாவை ஒரு காலத்தில் ஆற்றுக்கே போகக் கூடாது, ஆற்றுக்குப் போனால் வீட்டுக்கு வர நேரமாகிறது என்று கண்டிஷன் செய்தவளும் இதே மரகதம்தான். ஆனால் இப்போது அவனோடு ஆற்றுக்கு வந்து குதூகலப்படுத்திய நண்பர்கள் எல்லோருமே ஊரைவிட்டுப் போய்விட்ட நிலையில், இவன் மட்டும் கட்டாயமாக ஆற்றுக்குப் போய்த்தான் தீர வேண்டியதிருக்கிறது. இந்த வினோதமான வருந்தத்தக்கச் சம்பவங்கள் தனது வாழ்க்கையில் மட்டுமே நிகழ்வதாக பாப்பையாவுக்கு எப்போதுமே ஒரு சந்தேகம் உண்டு. ஆனாலும், அதற்காக இப்படியெல்லாம் நிகழாமல் நிறுத்திவிட பாப்பையா யார்?

அந்த வருஷம் கண்ணனிடம்தான் சைக்கிளை வாங்கிக் கொண்டு ஆற்றுக்குப் போய் வந்தான். கண்ணன் பத்துப் பத்தரை போலத்தான் முனிசிபல் ஆபீஸுக்குப் போவான். ஆற்றுத் தண்ணீரில் லயித்துக் குளித்ததெல்லாம் பாப்பையாவைப் பொறுத்தவரை இனிமையான நினைவுகளாகிவிட்டன. ஆற்றில் ஓடுகிற தண்ணீருக்கே ஒவ்வொரு பருவ காலத்திலும் ஒரு மணமும் ருசியும் இருக்கும். கோடைக்காலத்தில் ஆற்றில் குளிக்கிறவர்களின் கூட்டம் அதிகரித்துவிட்டிருப்பதாலும், பயிர்களுக்குப் பாய்ந்த தண்ணீர் திரும்பவும் ஆற்றிலே வந்து கலக்கிற வடிகால்கள் எல்லாம் வறண்டு கிடப்பதாலும், முறுகிய இரும்பின் மணம் ஆற்றுத் தண்ணீருக்கே ஏற்பட்டுவிடுகிறது. இப்போது குளிக்கப் போகிற பாப்பையாவுக்கு, இந்த மணத்தைக்கூட, நினைவுப்படுத்தினால்தான் ஞாபகத்துக்கு வருகிறது.

ஆற்றுக்குப் புறப்படுகிறபோது, வராந்தாவில் தனக்குப் பக்கத்தில் கொஞ்சம் தள்ளிக் கட்டில் போட்டுப் படுத்துக்கிடந்த கண்ணனை எழுப்பிச் சொல்லிவிட்டுத்தான் எப்போதும் சைக்கிளை எடுத்துக்கொண்டு புறப்படுவான். அன்றும் அப்படித்தான் செய்தான் பாப்பையா. கண்ணன் நல்ல தூக்கத்தில் இருந்தான்போல. ஆனால் பாப்பையா குளித்துவிட்டுத் திரும்பி வந்தபோது அவன் வீட்டு முன்னால் ஒரே கூட்டமாகக் கிடந்தது.

கண்ணன் செத்துப் போய்விட்டான். ராத்திரியே எதையோ சாப்பிட்டிருக்கிறான் என்று சொல்லிக்கொண்டார்கள்.

16

அந்த வருஷமும் 'அனுவல் லீவு' விட்டு டெயிலர் கணேச பிள்ளை வீட்டுக்கு அருமநல்லூரிலிருந்து வஸந்தாவின் அக்கா பிள்ளைகளைக் கூட்டிக்கொண்டு அவளுடைய தம்பி அப்பு வந்திருந்தான். இந்தி சார்வாளும் வேணு செட்டியாரும் சேர்ந்துகொண்டு கணேசனைக் கேலி பண்ணும்போது, 'வே! நீருதான் இங்க திருநவேலி ஊர்ல கடைபோட வந்து திருநவேலி ஆளாவே மாறிப் போயிட்டீரு... ஒம்ம பொண்டாட்டியாகட்டும், அவ வீட்டு ஆளுகளாகட்டும் உச்சியில் இருந்து உள்ளங்காலுவரை கன்னியாமரின்னு அப்படியே எளுதியிருக்குவே...' என்பார்.

இந்தி சார்வாளோடு சேர்ந்து இப்படிச் சொல்லிவிட்டுச் சிறிது நேரம் வியாபாரத்தைக் கவனிப்பார். என்னவோ அதுதான் ரொம்ப முக்கியம் என்கிறமாதிரி முகத்தை வைத்துக்கொள்வார் வேணு செட்டியார்.

அப்புவுக்கு ரொம்பப் பெரிய படிப்பு என்று ஒன்றும் இல்லை என்றாலும், கையில் கிருஷி இருந்தது. ஊரில் கொஞ்சம் நிலம் உண்டு. பத்தாவது படித்திருக்கிறான். இது போதாதா என்று யோசித்தாள் மரகதம் அம்மாள். அப்புவை அவளுக்குப் பிடித்திருந்தது. சிவகாமிக்கும் அப்புவைப் பிடித்திருக்கத்தான் வேண்டும். அப்பு வந்துவிட்டால் சிவகாமிக்குப் புது சந்தோஷம் ஒன்று முகத்தில் தெரிகிறதை வேறு என்னவென்று சொல்ல முடியும்? ஆனால், 'இந்த வீட்டுக்கார ஆம்பளை ஊர் பூரா பொம்பளையை வச்சுக்கிட்டு அலையுதே!... ஒரு நாலணா காசச் சேத்து வைக்கப் படாதா?... இருந்த ஒரு நாழிப் பொன்னையும் ஒண்ணுமில்லாமப் பண்ணியாச்சு...!' என்று ஆற்றாமைப் படத்தான் முடிந்தது.

சிவகாமியைக் கல்யாணம் செய்து கொடுப்பதில் முக்கியமான ஒரு விஷயமும் இருந்தது. சங்கரன் பிள்ளை இருக்கிற நிலையில் அவரை நம்பி மரகதமும் பாப்பையாவும் வாழ்க்கை நடத்த முடியாது. சிவகாமி கல்யாணமாகிப் போய்விட்டால் புருஷன் வீட்டுக்குத்தான் அவளுடைய வருமானம் போய்ச் சேரும் என்கிற அடிப்படையான ஒரு காரியம், கண்ணுக்கு முன்னால் இருந்து உதைத்துக்கொண்டிருந்தது. இந்த வருஷமும் கல்யாணப் பேச்சை எடுக்காமல்தான் அப்புவும் தன் அக்கா பிள்ளைகளை அழைத்துக்கொண்டு அருமநல்லூருக்குப் போய்விடுவான் போலிருந்தது. சங்கரன் பிள்ளை வருவார் என்று மரகதம் எதிர்பார்த்தாள். அப்பு வந்து நாலைந்து நாட்களாகியும்கூட அவர் வந்து எட்டிப் பார்க்கவில்லை. பிறகு வழக்கம்போல பாப்பையாதான் சௌந்திரத்து வீட்டுக்குப் போய்ப் பார்த்துவிட்டு வந்தான். நல்ல வேளையாக அன்றைக்கு அவன் போயிருந்த போது சங்கரன் பிள்ளை, வீட்டில் உத்திரத்தைப் பார்த்து யோசித்தபடியே வெறும் துண்டை விரித்துப் படுத்துக் கிடந்தார். 'நீ வீட்டுக்குப் போ. காலையிலே வாரேன்' என்று சொன்னவர் வரவேயில்லை. இப்படியும் இரண்டு நாட்கள் கழிந்துவிட்டன. மரகதத்துக்கு ஆத்திரமும் வருத்தமும் தாங்க முடியாதபடி இருந்தது. இதுபோன்ற சமயங்களில் ராத்திரி பூராவும் அழுவதுதான் அவளால் முடிந்த காரியம். அதைத்தான் அந்தச் சமயத்திலும் செய்தாள். சிவகாமி அவளைத் தேற்றினாள். பிறகு தாயும் மகளும் இரவு மூன்று மணிவரை வேறு ஏதேதோ பழைய குடும்பக் கதைகளைப் பேசிவிட்டுப் படுத்துறங்கிப் போனார்கள்.

சங்கரன் பிள்ளையை முட்டாள் என்று நினைத்தால் அது ரொம்பத் தவறாகப் போய்விடும். பாப்பையாவிடம் விஷயத்தைக் கேட்டுத் தெரிந்துகொண்டபிறகு, வீட்டிற்குப் போய் மரகதத்திடம் ஏச்சும் பேச்சும் வாங்கிக் கட்டிக்கொள்ள அவருக்கு என்ன வந்திருக்கிறது? சில வேளைகளில் இன்றும்கூட அவர் பக்கம் அதிர்ஷ்டம் நின்று அவருக்குக் கை கொடுப்பதுண்டு. அப்படிப்பட்ட ஒரு அதிர்ஷ்டம்தான், அன்று அவன் வந்திருந்த போது சௌந்திரம் நெல்லையப்பர் கோவிலுக்குப் போயிருந்ததும். அவள் இருந்திருந்தால் அவளும் தன் பங்குக்கு அவரை இடித்துத் தள்ளியிருப்பாள்.

அப்பாவைப் பார்த்துவிட்டு பாப்பையா வெளியே வந்ததும் கல்லத்தி முடுக்குத் தெருவுக்குப் போகலாமா என்று நினைத்தான். கோமதியைப் பார்க்க வேண்டும் என்று வீட்டிலிருந்து புறப்படுகிறபோதே தீர்மானித்து வைத்திருந்தான். கீழரத வீதியில் திரும்பிக் கல்லத்தி முடுக்குத் தெருவைப் பார்க்கத்தான் நடந்தான். பாதி தூரம் போகும்போதே போக

வேண்டாமென்று தோன்றிவிட்டது. அப்படியே ராயல் டாக்கீஸ் பக்கம் நடந்து, ராயல் டாக்கீஸுக்குப் பின்னால் போய் பஸ் வீட்டுக்குப் போய்விட்டான். வழியிலேயே முருகன் குறிச்சி ஸ்டாப்பில் இறங்கி ரெயினீஸ் ஐயர் தெருவுக்குப் போனான். தியோப்ளஸ் மாடியில் உட்கார்ந்து அவனுடைய சிற்றப்பா மகளான டாரதியுடன் பேசிக்கொண்டிருந்தான். ரெயினீஸ் ஐயர் கல்லறையைத் தாண்டியதுமே தியோப்ளஸின் நண்பர்கள் அவன் வீட்டு மாடியையைத்தான் பார்ப்பார்கள். தியோப்ளஸ் வீட்டில் இருந்தால் அவனுடைய மாடி அறையில் ஜன்னல் திறந்து கிடக்கும். உலகத்திலேயே ரொம்ப மேன்மையான இடம் ரெயினீஸ் ஐயர் தெரு என்பது பாப்பையாவின் அபிப்பிராயம். இதை அவன் எதற்காகவும், இதைவிட எவ்வளவோ அருமையான தெருக்களைப் பார்த்தாலும் மாற்றிக்கொள்ளத் தயாராகயில்லை. எத்தனையோ விஷயங்களுக்குக் காரணம் சொல்ல முடியாததைப் போல இதற்கும் காரணம் சொல்ல முடியாதுதான். அவனுடைய சொப்பனத்தில்கூட அந்தத் தெரு எத்தனையோ தடவை வந்திருக்கிறது. எப்போது அந்தத் தெருவைப் பார்த்தாலும் மழை நாளில் பார்ப்பதைப் போலவே அந்தத் தெரு தோன்றும். அன்று தியோப்ளஸைப் பார்க்கப் போனபோதுகூட, கோடை காலத்திலும், கொஞ்சம் முன்னால்தான் அந்தத் தெருவில் மழை பெய்து நனைந்திருந்துபோல் தோற்றம் தந்தது.

கல்லிடைக்குறிச்சியிலும் மெஞ்ஞானபுரத்திலும்கூட சில தெருக்கள் அழகாக இருக்கின்றன. அவற்றைப் பாப்பையாவுக்கே தெரியும். ஆனாலும் இந்தத் தெருவைப் பற்றி நினைக்கும்போது மட்டும் அவன் மனம் விவரிக்க முடியாத இடங்களுக்குப் பயணப்படுகிறது. விசித்திரமான, முன்பின் அறிமுகமாகியிராத உணர்வுகளை ஒவ்வொரு சமயமும் அனுபவிக்கிறது.

இரவு வெகுநேரம்வரை பாப்பையாவும் தியோப்ளஸும் பேசிக்கொண்டிருந்தார்கள். பாப்பையாவுக்கு அவனுடனேயே ராத்திரி தங்கிவிடலாம் போலிருந்தது. தியோப்ளஸும் இருக்கத்தான் சொன்னான். 'வீட்டில் சொல்லவில்லை' என்று பத்தரைமணிக்குமேல் புறப்பட்டுவிட்டான். அவனை அறியாமலேயே அவனுக்கு மனசுக்குக் கஷ்டமாக இருக்கும் போதெல்லாம் ரெயினீஸ் ஐயர் தெருவுக்கு வந்துவிடுகிறான். இதுபோல எத்தனையோ தடவை நடந்திருக்கிறது. தியோப்ளஸ் அவனைத் தன் சைக்கிளில் பின்னால் உட்காரவைத்து வீட்டில் கொண்டுபோய் விட்டுவிட்டுப் போனான். அவன் பின்னால் சைக்கிளில் உட்கார்ந்து போகும்போதுதான் பாப்பையாவுக்கு இந்த விஷயம் மனத்தில் பட்டது.

அந்த வருஷமும் அக்கா வீட்டில் பத்துப் பதினைந்து நாட்கள் போல தங்கியிருந்துவிட்டுக் குழந்தைகளை அழைத்துக் கொண்டு அப்பு புறப்பட்டுவிட்டான். மரகதம் அவர்கள் புறப்படுகிற அன்றைக்கு மத்தியானம் தன்னுடைய வீட்டில் அவர்களுக்குச் சாப்பாடு பண்ணினாள். அவளுடைய மிகப் பெரிய ஆசையை இந்த மட்டோடுதான் தீர்த்துக்கொண்டு திருப்திப்பட முடிந்தது. வசந்தாவுக்கும் அப்புவுக்குச் சிவகாமியைக் கட்டிக் கொடுக்க ஆசையாகத்தான் இருந்தது. ஆனாலும் அவளுடைய தகப்பனாரின் சம்மதத்தை மீறி அவளால் ஒன்றும் செய்துவிட முடியாது. பூதலிங்கம் பிள்ளையை லேசில் திருப்திப்படுத்திவிடவும் முடியாது. அவர் தன் மகனுக்குப் பதினைந்து பவுன் நகை, மூன்று கோட்டை விதைப்பாடு நிலம் சகிதமாக வருகிற பெண்ணைப் பார்த்துக்கொண்டிருக்கிறார் என்பது வசந்தாவுக்கும் தெரியாததல்ல. ஆனால் அந்த மாதிரி வருகிற பெண் எப்படியிருப்பாள் என்பதும் அவளுக்குத் தெரியும். அவளுடைய சிற்றப்பா நல்லபெருமாள் பிள்ளை வீட்டுக்கு இப்படித்தான் அழகிய பாண்டியபுரத்திலிருந்து ஒரு பெண் வந்தது. பெண் வந்த ஒரு மாதம் கழித்து அந்தப் பெண்ணுக்குப் புத்திக்கு ஸ்வாதீனமில்லையென்று சொல்லிவிட்டார்கள். அதுக்காக, வந்த சொத்தை விட முடியுமா? ஆனால் நல்லபெருமாள் பிள்ளை தன்னுடைய மகனுக்கு ஒரு சலுகை கொடுத்தார். அந்தப்படி ரத்தினம் நாகர்கோவிலில் ஒரு வாத்திச்சியை வைப்பாக வைத்துக்கொண்டான். அதனால் பிள்ளைமார் குடும்பம் என்ன கெட்டா போய்விட்டது? இல்லை ரத்தினம் குளிக்கிற வாய்க்காலில்தான் தண்ணீர் வற்றிப் போய்விட்டதா?

அப்புவும் அக்கா பிள்ளைகளும் மத்தியானம் சாப்பிட்டு விட்டுப் புறப்பட்டுப் போனபிறகு, சங்கரன் பிள்ளை தற்செயலாக வருகிறவர் மாதிரி அன்று மாலை வீட்டுக்கு வந்தார். மரகதம் அவரைத் தாறுமாறாகத் திட்டித் தீர்த்தாள். வாயில் வரக் கூடாத வார்த்தைகளையெல்லாம் சொல்லிச் சண்டை போட்டாள். மரகதம் சத்தம் போட ஆரம்பிக்கும்போதே பாப்பையா வெளியே போய்விட்டான். சிவகாமி மச்சு வீட்டுக்குப் போய்விட்டாள். சங்கரன் பிள்ளை எல்லாவற்றையும் மிகுந்த பொறுமையோடு கேட்டுக்கொண்டிருந்தார். அவருக்கு அவளிடம் மிகப் பெரிய காரியமொன்று ஆக வேண்டியதிருந்தது. சண்டை போட்டு முடித்துவிட்டுச் சுவரில் தலையைச் சாய்த்துக்கொண்டு அழுதாள். அந்த நெகிழ்ச்சியான நேரத்தில் சங்கரன் பிள்ளை அவளருகே சென்று மெதுவாக அவளைத் தொட்டுப் பேசினார்.

'நான் என்ன சும்மா இருக்கன்னு நீ நெனைக்கியா?... நானும் ஆட்டத் தூக்கிக் குட்டில போட்டுரலாம், குட்டியத்

தூக்கி ஆட்டுல போட்டுரலாமுன்னுதான் பாக்கேன்… ஒண்ணும் நடக்கமாட்டேங்குது…'

'நடக்கும்… நடக்கும்… ஓம்ம ஓடப்புல கொண்டு போயி வச்ச அன்னைக்கித்தான் நடக்கும்… நடத்தப் போறாகளாம்லா நடத்த…'

மரகதம் என்று இல்லை. எந்தப் பெண்ணுமே இந்த மாதிரி யான கணவன், குடும்பத்தை நினைத்து அழாமல் இருக்கத்தான் முடியுமா என்ன? எல்லாப் பெண்களும் அவளைப் போன்ற சூழ்நிலையில் என்ன செய்வார்களோ அதைத்தான் செய்தாள் மரகதமும். கொஞ்ச நேரத்தில் அழுகையும் ஓய்ந்துவிட்டது அவளிடத்தில். மறுநாள் காலையில் என்ன செய்வது என்று யோசனை வந்துவிட்டது.

அன்றைக்குத் தோசைக்குப் போடவில்லை. உப்புமா ஏதாவதுதான் கிண்ட வேண்டும். முன் கதவை லேசாக ஒருக்களித்துவைத்துவிட்டு சங்கரன் பிள்ளை மரகதத்தை அறை வீட்டுக்குள் கூப்பிட்டார். மரகதம் அவரைக் கடுமையாக விழித்துப் பார்த்துவிட்டு வாய்க்குள் முணுமுணுத்துக் கொண்டாள். திரும்பவும் அவர் அழைத்தபோது அவளால் ஒன்றும் பேசாமல் இருக்க முடியவில்லை. இருந்தாலும் உடனே அவர் பக்கம் போய் நின்றுவிட முடியுமா என்ன? இவ்வளவு நேரமும் அவரைப் பேசியதெல்லாம் என்ன ஆவது?

வெக்கமில்லாமத்தான் கூப்புடுதா பாரேன்… வீட்ல ரெண்டு பெரிய புள்ளய வச்சுக்கிட்டு… வேற என்ன தெரியும்? தூ…" என்றாள். 'ஆனால், அன்று மரகதத்தால் ரொம்ப நேரம் தன் பிடிவாதத்தோடு இருக்க முடியவில்லை. சங்கரன் பிள்ளை கொஞ்ச நேரத்திலேயே புறப்பட்டுவிட்டார். புறப்படும்போது, அவருடைய மடியில் மரகதத்தின் கழுத்தில் கிடந்த கடைசி ஒற்றை வடம் சங்கிலி, தினமலர் பேப்பர் துண்டில் மடிக்கப்பட்டு இருந்தது. மரகதத்துக்கு அன்று இரவு படுக்கப்போகிறவரை சங்கரன் பிள்ளைமீது பரிவு இருந்தது. என்னதான் செய்வார் பாவம், ஆண் பிள்ளை என்றால் வேறு எப்படி இருக்க முடியும்? இப்படித்தான் இருப்பார்கள். இப்படி இருப்பதெல்லாம் சரிதான். இதனால் ஒன்றும் குடி மூழ்கிப் போய்விடாது என்று பட்டது. என்னதான் இருந்தாலும், சங்கரன் பிள்ளை அந்தக் குடும்பத்தின் தலைவர் அல்லவா? அவர் என்ன அவ்வளவு வெகு சாதாரணமாகவா நடந்துகொள்வார்? அவரும்தான் ஏதாவது செய்து குடும்பத்தைத் திரும்ப நிறுத்திவிடலாம் என்று பார்க்கிறார். ஆனால் எல்லாவற்றிற்கும் நேரம் என்ற ஒன்று உண்டுமே, அதுதான் வரவேண்டியது பாக்கியிருக்கிறது. இதுக்கு

சங்கரன் பிள்ளையா பொறுப்பாளி? இப்படியெல்லாம் அவரைப் பற்றி நினைத்துக்கொண்டே படுக்கையில் படுத்துக் கிடந்தாள். பாப்பையா வெகுநேரம் கழித்துத்தான் வந்து படுத்தான்; சாப்பிடாமலேயே படுத்துத் தூங்கிவிட்டான். சிவகாமி, அவர் போன கொஞ்ச நேரத்திலேயே அவள் கழுத்தைப் பார்த்துக் கவனித்துக் கேட்டுவிட்டாள்.

மரகதமும் சங்கரன் பிள்ளை சொன்னதை அப்படியே நம்பிக்கையோடு சிவகாமியிடம் சொன்னாள். சிவகாமி அதைக் கேட்டுவிட்டு அதற்கப்புறம் அந்தப் பேச்சையே மறந்து போனவளைப் போல நடந்துகொண்டாள். இதைப் பற்றி அவள் பேச ஆரம்பித்தால் அவர்களுக்குள் ஏற்பட்ட அந்தரங்க நெருக்கடியைத் தெரிந்துகொள்வதாக ஆகிவிடும் என்பதை உணர்ந்துகொண்டாள். மரகதம் எதையெல்லாமோ நினைத்துக்கொண்டே போய்த் தன்னுடைய கல்யாண நாள்வரை சென்றுவிட்டாள்.

17

குறுக்குத்துறையில் இரண்டு மூன்று மடங்கள் உண்டு. பூராவும் கல் கட்டடம்தான். வெளியே ஒரு பிரமாண்டமான சதுரத் திண்ணையைப் பிளந்துகொண்டு அந்த மடங்களுக்குப் போகிற பாதை ஏற்பட்டிருக்கும். ரொம்ப வசதியான இடங்கள் அவை. பின்புழக்கமும், முன்புழக்கமும் வசதியாக இருந்தன.

மேலத் தெரு மடத்தை மேல்பார்த்து வந்தது தாமரைச் செடி பேச்சியா பிள்ளை குடும்பம்தான். பேச்சியா பிள்ளையை சரவண பிள்ளைக்கு நன்றாகவே நேரிடையாகப் பழக்கம் உண்டு. அவர் மண்டையைப் போட்ட பிற்பாடு, அவருடைய மகன் சம்பந்தத்துக் கையிலும் மகள் செல்லம்மா கையிலும் மடத்துச் சாவியைத் தந்துவிட்டார்கள் மடத்துக்காரர்கள். இதில் ஒரு தகராறு நடந்தது. இடையே நடந்த ஒரு சம்பவம்தான் என்றாலும், அந்த மடத்தின் நிர்வாகப் பொறுப்பை சம்பந்தம் அவ்வளவு லேசாக அடைந்துவிட முடியவில்லை என்பதையும் கவனிக்க வேண்டும்.

செத்துப்போன பேச்சியா பிள்ளைக்கு வேறு வாரிசுகள் ஒன்றும் கிடையாது என்றாலும், குறுக்குத்துறையிலேயே கிருஷ்ணன் கோவில் பக்கம் இருந்த சின்ன அக்ரஹாரத்தில் மடப்பள்ளி ஐயர் வீடு ஒன்று இருந்து வந்தது. மடப்பள்ளி நாராயணனுக்கு அவ்வளவாக ஒன்றும் வயதாகிவிடவில்லை என்றாலும், அவன் கொஞ்சம் சுபாவி. தன்னுடைய தகப்பனார் சுப்பையர் செய்துவந்த மடப்பள்ளி வேலையைத்தான், அவருக்குக் கண்பார்வை ரொம்பவும் மோசமாகப் போன பிற்பாடு செய்து வந்தான். நாராயணனுக்குக் கல்லிடைக் குறிச்சியில் பெண் எடுத்திருந்தார் சுப்பையா. குறுக்குத்துறை கோவில் படித்துறைப் பக்கம் குளிக்கப்போகிற யாருக்கும் அவளைத்

தெரிந்திராமலிராது. ஹேமாமாலினி என்கிற பிரசித்தி பெற்ற நடிகையின் சாயல் இருந்ததாக விடலைப் பையன்களும், அவர்கள் சொன்னதை மறுத்து, அந்தக் காலத்தில் என்.ஸி. வசந்த கோகிலம் இப்படித்தான் இருந்தாள் என்று, ஈர வேட்டியை முதுகுக்குப் பின்னால் படகுப் பாய் மாதிரி விரித்துப் பிரித்தபடியே காயப்போட்டுக்கொண்டு போன வயதுக்குவந்த ஆண்களும் பேசிக்கொண்டார்கள். ஆனால் அந்த ரூபவதி கிடைத்ததோ பேச்சியா பிள்ளை கையில்தான். அப்போது பேச்சியா பிள்ளைக்கும் அந்தப் பெண் அலமேலுவுக்கும் இருபது வருட வித்தியாசம் இருந்தது.

இந்தத் தொடுப்பு ஏற்பட்டதில் அவளை ஒரேயொரு தடவை பார்த்தவன் – முதலில் ஆற்றாமை இருந்தாலும் ரொம்ப வெளிப்படையாகவே அதைக் காண்பித்துக்கொண்டவன் – பச்சை சாத்தி மண்டபத்தில் கடைபோட்டிருந்த தெய்வுதான். ஆரம்பத்தில் இந்த ஆற்றாமை பெரிய பகைமை மாதிரியே ஏற்பட்டது. பேச்சியா பிள்ளைக்கும் அலமேலுவுக்கும் தொடுப்பு இருக்கிற சங்கதி ரொம்ப ஆதாரப்பூர்வமாக நிரூபிக்கப்பட்டு வெளித் தெரிய ஆரம்பித்த சமயத்தில், ஒருநாள் ராத்திரி தெய்வு தனி ஆளாகவே வீட்டில் நுழைந்து அவளைத் தொட்டுவிட்டான். அவள் கூச்சல் போட்டதும் சுப்பையாவும் நாராயணனும் விழித்துக்கொண்டு வந்தார்கள். அவர்களிடம் தன்னோடு அலமேலுவை அனுப்பிவைக்க வேண்டும் என்று கேட்டுக்கொண்டான். ஆனால் அந்தப் பிராமணர்கள் அதற்குச் சம்மதிக்கவில்லை. தெய்வுக்கு இந்தக் காரியம் ஒருவிதத்தில் அவமானமாக இருந்தாலும், ஆனால் இதையொட்டி அவனால் பேச்சியா பிள்ளைக்கு அடுத்த ஸ்தானத்திலாவது தன்னை வைத்துக்கொள்ள முடிந்தது. கருப்பந்துறை வேலுத் தேவரிடம், அவளோடு ரத்னா டாக்கீஸில் மலைக்கள்ளன் படம் பார்த்துவிட்டு வருவேன் என்று சவால்விட்டுப் போட்ட பந்தயத்தில் வேலுத் தேவரிடம் ஐம்பது ரூபாய் இழக்க வேண்டியது வந்ததைத் தவிர நஷ்டம் ஏதுமில்லை.

ஆனால் அவன் கடையில் சோப்பு, பீடி, சிகரெட், வாசனைத் தைலம் வாங்க வருகிற வாடிக்கைகளிடம் அந்த ராத்திரியில் அவள் வீட்டில் நுழைந்தது, அவள் பவானி ஜமுக்காளத்தில் படுத்திருந்த விதம் என்று, கதை கதையாய் அவிழ்த்துவிடுவான். ஆனால் அதை எத்தனை தடவை கேட்டாலும் அலுக்காதுதான்.

அலமேலுவுக்கும் பேச்சியா பிள்ளைக்கும் ஒரு பெண் குழந்தை பிறந்தது. அப்படித்தான் சொல்லிக்கொண்டார்கள், அவளுக்குப் பிறந்த குழந்தையைப் பற்றி. பேச்சியா பிள்ளையின்

காலத்துக்குப் பிறகு, அந்த மடம் அவருடைய புத்திரரான சம்பந்தத்துக்குத்தான் சேரப் போகிறது என்றதும், பேச்சியா பிள்ளை தன்னை இரண்டாந்தாரமாகக் கல்யாணம் செய்து கொண்டிருந்தார் என்றும், ஆகவே அந்த மடத்துப் பொறுப்பில் தனக்கும் பாத்தியதை உண்டு என்றும் மடத்துப் பெரியசாமி களுக்கு மனுச் செய்தாள். நல்ல வேளையாக, மடத்துக்குப் பெரிய அபவாதம் ஏதும் வந்து சேரவில்லை. சம்பந்தமே பேச்சியா பிள்ளையின் உண்மையான வாரிசு என்று பெரிய மடத்திலேயே தீர்த்துச் சொல்லிவிட்டார்கள். இதனால் மடம் பெரிய சோதனையிலிருந்து தப்பியது. பெரிய சுவாமிகளை சம்பந்தனும் செல்லம்மாளும் பார்த்துக் காலில் விழுந்து நமஸ்கரித்து அவருக்கு ஏராளமான தட்சிணைகளும் கொடுத்துப் பூரண ஆசீர்வாதத்தைப் பெற்றார்கள். எப்படியோ சம்பந்தம் அந்த மோகினிப் பிசாசிடமிருந்து மடத்தின் பெருமையைக் காப்பாற்றிவிட்டான் என்று ஒரே பேச்சாகக் கிடந்தது. ஆனால் இதேபோல இந்தப் பிரக்கியாதி பெற்ற, சரித்திர முக்கியத்துவம் பெற்ற சம்பவத்துக்குப் பிறகு கொஞ்ச காலத்திலேயே இப்படி யொரு பேச்சும் அடிபட்டது. அதாவது மடத்துச் சாமிகளுக்கும் அலமேலுவுக்கும் புதுத் தொடுப்பு உண்டாயிற்று என்று. ஆனால் இதற்காக மடத்தின் பேரிலும் அவர்கள் மடத் தொண்டின் பேரிலும் ஜனங்களுக்கு இருந்த நம்பிக்கை ஒன்றும் போய்விட வில்லை. அந்தப் பேச்சு ஏற்பட்ட பிறகும்கூட மடத்தின் தலைமையிடத்தில் நடந்த பூஜைகளுக்கும், பெரிய சுவாமிகளின் பிரசங்கத்தைக் கேட்கவென்றும் தெற்குப் புதுத் தெரு, கீழ்ப்புதுத் தெரு, வெள்ளந்தாங்கிப் பிள்ளையார் கோவில் தெரு, சம்பந்த மூர்த்தி கோவில் தெரு போன்ற இடங்களில் இருந்தெல்லாம் வருகிற தாலியறுத்த பெண்களின் எண்ணிக்கை இதனாலெல்லாம் குறைந்துவிடவில்லை.

இதையெல்லாம்விட வேறொரு பெரிய மனிதர் ஒருவரே மடத்துக்கு வந்து போக ஆரம்பித்தார். அவர்தான் திராவிடக் கட்சிக்காரக் கூத்தன். கடவுள் இல்லை, இல்லவே இல்லை என்று சொல்லிக்கொண்டிருந்த நகரத் தந்தையே (முனிஸிபல் கௌன்சிலின் சேர்மனாக ஐந்து வருடம் இருந்தபோது ஏற்பட்ட கௌரவம் இது) மடத்தைத் தேடி வந்து தன் காணிக்கைகளைச் செலுத்த வேண்டுமானால், மடத்துச் சாமிகளைப் பற்றிச் சொல்லப்பட்ட அபவாதம் எவ்வளவு கேவலமானது?

நகரத் தந்தை கூத்தன் வர ஆரம்பித்த பிறகு, மடத்தின் பெரும் பகுதியில் தரையில் பாவியிருந்த கற்களை எடுத்துவிட்டு மொசைக் போட்டார்கள். மொசைக் தரையில் உட்கார்ந்து பிரசங்கம் கேட்பதில்தான் எவ்வளவு சுகம் இருக்கிறது. அந்தத்

தரையின் குளிர்ச்சி, அந்தக் கற்களின் பூ வேலைப்பாடுகளின் நேர்த்தி இவற்றைப் பற்றித் தங்கள் பேரக் குழந்தைகளிடமும் மருமக்கள்மார்களிடமும் சொல்லி அவர்களையும் தீவிரமான பக்திமார்க்கத்தில் ஈடுபட வைத்தார்கள். இதனால் இப்போது கொஞ்சகாலமாய்ப் பெரிய கோவிலிலுள்ள வஸந்த மண்டபத்தில் நடக்கிற சமயப் பிரசங்கங்களுக்கு, பட்டணத்திலிருந்து யாராவது வந்து பேசினால்கூட கூட்டம் வருவதில்லை . நகரத் தந்தை கூத்தனே, கடவுள் நம்பிக்கை இல்லாத கூத்தனே இப்போது சிவப் பழமாக இருக்கிறாரென்றால் அவரை மாற்றிய மடத்தின் பெருமையை அவ்வளவு சாதாரணமாக மதிப்பிடுகிற அளவுக்கு அவர்கள் விவேகமில்லாதவர்களா என்ன?

பெரிய சுவாமிகளின் விருப்பப்படியே, கூத்தன் அலமேலுவுக்குத் திருநெல்வேலி ஊருக்குள்ளேயே ஒரு பெரிய மாளிகையை எழுப்பிக் கொடுத்தார். அலமேலு தன் மகளோடும் புருஷன் நாராயணனோடும் அதில் குடியேறினாள். (இந்தச் சமயத்தில் சுப்பையா காலாவதியாகிவிட்டார்.) அலமேலுவின் பெண்ணுக்கும் இப்போது பன்னிரண்டு வயதாகிறது.

மடத்தின் பெருமையைக் குறைத்துப் பேசுகிறவர்களும் இல்லாமல் இல்லை. மடத்தின் பொறுப்பு பரம்பரை பாத்தியதை யாகத் தனக்குத்தான் சேர வேண்டும் என்று பெரிய மடத்தில் போராடிப் பெற்ற சம்பந்தத்திடம் அந்தரங்கமாகக் கேட்டுப் பார்த்தால், அவன் மடத்தைப் பற்றிய பல விஷயங்களைத் தொடுத்துத் தருவான். அவனால் வெளிப்படையாகப் பேச முடியாது. அவனுக்கு இந்த வேலையை விட்டால் வேறு எந்த வேலையும் கிடைக்காது.

சரவண பிள்ளையிடம் அவனுக்கு நெருக்கமான தொடர்பு உண்டு. அப்பா காலத்திலிருந்தே அவரை அவன் மாமா என்று அழைத்து வருகிறவன். அவரிடம், 'வர வர மடத்துல வேல பாக்கதுக்குச் சங்கடமா இருக்குது மாமா' என்றதுக்கு சரவண பிள்ளை கண்களை அகல விரித்து, உருட்டி அவனைப் பார்த்துக் கண்டிஷனாகவே சொல்லிவிட்டார். 'போடா படுக்காளிப் பயல... நீ இந்த மடத்த விட்டுட்டியானா, தெருவுல நிக்கிது பாரு நாயி... அந்த நாயிகூட சீந்தாதுடா...' என்று பலமாக எச்சரித்துவிட்டார். சரவண பிள்ளை மாமா சொன்னால் அது சரியாகத்தான் இருக்கும். அப்பாவே சாகும்போது சரவண பிள்ளையின் கையைப் பிடித்து இழுத்து அவரிடம் சம்பந்தன் கையைக் கொடுத்து, 'யோவ்! தினா சானா இந்தப் பய ஒம்ம பொறுப்பய்யா... பயித்தியாரப் பய... எனக்குப் போயி

மவனாப் பொறந்திட்டான். ஒம்ம பிள்ளையைப் போலப் பாத்துக்கிடும்...' என்று சொன்னார் என்றால் சரவண பிள்ளை மாமா என்ன லேசுப்பட்டவரா?

சம்பந்தத்துக்கு மடத்தின் பேரில் மற்றபடி எந்தக் கோபமும் கிடையாது. தனக்கு எதிராளியான அலமேலு காலில் போய் இந்தச் சாமி விழுந்துவிட்ட பிறகு உலகத்தில் தர்மம் ஏது, நியாயம் ஏது? அதுவும் இப்போது சாமிகூட, கூட்டுக் கொள்ளை அடிக்க வந்தவன் மாதிரி இந்தக் கூத்தனும் வந்து சேர்ந்து அவளைத் தள்ளிக்கிட்டுப் போறானே என்று நினைத்து நினைத்து மாளவில்லை. சரவண பிள்ளை, 'ஏலே! பெரிய எடத்து வெவகாரங்களே இப்படித்தான்டா இருக்கும். அதனாலதான் பெரிய எடம்னே பேரு வந்ததுடா...' என்று ஒரே போடாகப் போட்டுவிட்டார். என்னவோ சம்பந்தம் விஷயத்தில், அவன் அப்பா பேச்சியா பிள்ளை சொன்னதைப் போல அவன் இன்னும் பைத்தியக்காரனாகத்தான் இருந்து வந்தான். அந்த மடத்தில் வைத்துத்தான் கதிரேசனுக்கும் கோமதிக்கும் கல்யாணம் நடத்த வேண்டுமென்று கணக்குப் போட்டு வைத்திருந்தார் சரவண பிள்ளை. பேச்சியா பிள்ளையைத் தெரியுமென்று, பெரிய மடத்தில் வாடகை இல்லாமலேயே கல்யாணத்தை கிராண்டாகச் செய்துவிட வேண்டுமென்று நினைத்திருந்தார்.

18

சௌந்தரத்திற்கு அன்று, பார்வதி டாக்கீஸில் மாடியில் சோபா டிக்கெட்டில் சங்கரன் பிள்ளை யோடு உட்கார்ந்து மேட்னி ஷோ படம் பார்த்துக் கொண்டிருந்தபோது அவளுக்குத் தியேட்டரில் இருக்கவே முடியவில்லை.

இப்போது ஒரு வாரமாகவே சங்கரன் பிள்ளையின் கையில் காசு புழங்குகிறது. இரண்டு நாட்களுக்கு முன்னால்தான் இரண்டு பேரும் திருச்செந்தூருக்குப் போய்விட்டு வந்தார்கள். ஆயானுக்கு நாலுமாத வாடகைப் பாக்கி யெல்லாம்கூட கொடுத்தாயிற்று. கல்யாணியா பிள்ளையுடன் போய் உட்கார்ந்து குடித்தது போக, பாட்டில்களை வாங்கிவைத்துக்கொண்டு பகல் நேரத்திலும் வீட்டில் குடிக்க ஆரம்பித்தார். சௌந்திரம் கேட்டுப் பார்த்ததற்கு, 'கோர்ட்டிலிருந்து ஏதோ பணம் வந்தது, என்று சொல்லிவிட்டார். ஆனாலும் சௌந்தரத்திற்கும் சந்தேகம் இருந்து வந்தது. இந்தப் பணம் அநேகமாகக் குறுக்கு வழியில்தான் வந்திருக்க வேண்டும் என்று நினைத்தாள். சீட்டு விளையாடவும் போகவில்லை என்று சொல்லிவிட்டார் சங்கரன் பிள்ளை. பாப்பையா வந்தாலாவது அவனிடம் கேட்டுத் தெரிந்துகொள்ளலாம் என்றால் அவனையும் இப்போது கொஞ்ச நாளாகக் காணவில்லை.

டவுன் மார்க்கெட்டில் நயினார் பிள்ளையிடம் சொல்லி ஒரு கடையை ஏலத்தில் எடுக்கப் போகி றேன். அதற்கு இரண்டாயிரத்து ஐநூறு ரூபாய் வேண்டும். உன் செயினைக் கொடு. அடகு வைத்து வாங்கிக்கொள்கிறேன். பிறகு மீட்டு எடுத்துத் தந்துவிடுகிறேன்' என்று சொல்லி மரகதத்திடம் சண்டை போட்டு வாங்கிவந்த செயினை கூலக்கடை

பஜாரில் விற்றேவிட்டார். அந்தப் பணம்தான் சௌந்திரத்து வீட்டில் தண்ணீராகப் புழங்கிக்கொண்டிருந்தது.

அந்தப் பணம் காலியாகிறவரை பாளையங்கோட்டையிலிருந்து பாப்பையா தன்னைத் தேடி வந்து, காரியத்தைக் கெடுத்துவிடக் கூடாதென்று, மரகதமே ஆச்சரியப்படும்படியான காரியங்களைச் செய்து வந்தார். தினசரி சாயந்திரம் பாளையங் கோட்டைக்குப் போய் வந்துகொண்டிருந்தார். கடை எடுக்க ஏற்பாடு நடந்துவிட்டது. சித்திரையில் காய்கறி வியாபாரம் ஆரம்பித்து விடலாம் என்றும் சொல்லிவைத்திருந்தார். மரகதம் அதை நம்பினாள். புருஷன் மாறிவிட்டார் என்றும் நினைத்தாள். கொஞ்சம் சந்தோஷம்கூட.

சூரிக்கே அவர் கொஞ்ச நாட்களாய்த் தலைகால் புரியாமல் திரிகிற மாதிரி பட்டது. சௌந்தரத்திடம் பேசிப் பார்த்ததில் அவரிடம் ஏதோ கணிசமான தொகை புரண்டு விளையாடிக் கொண்டிருக்கிறது என்பது மட்டும் தெரிந்தது. சினிமா முடிந்து வருகிறபோது சௌந்தரத்திடம், 'நாளைக்கு ராதாபுரம்வரை போயிட்டு வர வேண்டியிருக்கு. கல்யாணி மொதலாளி வெசயமாப்போயிட்டுத் திங்கள்கிழம காலையில வந்திருவேன்...' என்றார். அப்போது இரண்டுபேரும் வடுவக்குடித் தெருமுனைக்கு வந்திருந்தார்கள்.

'ராதாபுரம் போயிட்டுச் சாயந்தரமே வந்திரலாமே? இப்பத்தான் ஏகப்பட்ட பஸ்ஸுக இருக்குதே?'

'இதுதானளா ஒங்கிட்ட கெட்ட பழக்கங்கது?... ஏளா, அங்க கொஞ்சம் வேல இருக்கு... ராத்திரி ஆயிரும். அம்புட்டு நேரத்துக்குப் பொறவு வாரதவிட அங்கன படுத்துக் கெடந்துட்டுக் காலம்பற மொத வண்டிக்கு எந்திரிச்சு வந்திருவேன்...'

'அந்தச் சேரகுளம் பண்ணையாரையும்' அப்படியே ஊர்ல போயிப் பாத்துட்டு வந்தாத்தான் என்ன? இந்தப் பூவுக்காவது நெல்லு தருவாரா என்ன? வீட்டுல அந்தப் புள்ளய கெடந்து தன்னால கசங்குதுவோ...'

'இந்த வேலயோட அவர எங்க போயிப் பார்க்க... கோர்ட்டுல போடாம எங்க தரப் போறாரு? இந்தத் தடவ கோர்ட்டுக்குப் போகணுமின்னா, இதுக்கு முந்தி நடத்துன ரெண்டு கேசுப் பீஸும் பாக்கி இருக்கு. வீராவரத்து வக்கீல் ஐயர் தெரிஞ்ச ஆளாக்கொண்டு, கேக்காம இருக்காரு. இந்தத் தடவ கேசுப் போடணும்னா மொதல்ல அந்தப் பாக்கியளத் தீக்கணும். இல்லன்னா வேற வக்கீலப் பார்க்க வேண்டியதுதான்...'

பிறகு வேறு எதையுமே பேசாமல் வந்தவர்கள், கொஞ்ச தூரம் வந்தபிறகு, பார்த்த படத்தைப் பற்றிப் பேச ஆரம்பித்தார்கள்.

மறுநாள் காலை எட்டு எட்டரை மணிக்கெல்லாம் ராதாபுரம் போகிறேன் என்று சொல்லிவிட்டுப் புறப்பட்டார். அந்தக் காரியத்தை முடித்துக் கொடுத்தால், கல்யாணியா பிள்ளை ஐந்நூறுரூபாய்வரை தருவார் என்றார். இது சௌந்திரத்துக்கு ரொம்பவும் பிடித்திருந்தது.

அவர் நேரே சாயல்புரத்துக்காரர் வீட்டுக்குத்தான் போனார். ஞாயிற்றுக் கிழமை பெரிய பெரிய கைகளெல்லாம் விளையாட வரும்.

இந்தத் தடவை எப்படியும் கையில் இருக்கிற பணத்தைப் போட்டு ஒரு நாலாயிரமாவது வெட்டிக்கொண்டு வரவேண்டும் என்று பிளான் போட்டுத்தான் போனார்.

அங்கே அவர் எதிர்பார்த்ததைவிட கூட்டம் அதிகமாகவே இருந்தது. ஆர்.டி.ஓ.வும், பி.டபுள்யூ.டி. பெரிய இஞ்ஜினீயரும்கூட வந்திருந்தார்கள். இஞ்ஜினீயர் கொஞ்ச காலமாக மேலிடத்துக்குத் தெரிந்துவிட்டதென்று ஆட வராமல் இருந்தார். இப்போது திரும்பவும் ஆரம்பித்துவிட்டார். காண்ட்ராக்டர்களிடம் பத்தாயிரம், இருபதினாயிரம் என்று இரண்டு கையாலும் வாங்குகிற பணத்தை என்னதான் செய்வது... நல்ல குடிகாரரும் கூட. கேம்ப் போகிற இடங்களில் தண்ணி இல்லாமல் இருக்க மாட்டான் மன்னன். ஹைகிரவுண்டுப் பக்கம், யாரோ ஒரு நாயக்கமார் வீட்டுப் பொம்பளைக்கு வீடு எடுத்து வைத்திருந்தார். இது போதாதற்கு வெளியிலும் மேய்வார். ஆர்.டி.ஓ. ராமலிங்கம் பிள்ளையிடம் சீட்டு விளையாட்டைத் தவிர வேறு ஒன்றும் கிடையாது. பேண்ட்கூட அந்தக் காலத்து மஞ்சள் மகிமையில், நாகேஸ்வர ராவ் தொளதொளவென்று பாவாடை மாதிரி போட்டுக்கொண்டு வருகிற பேண்ட்தான் போடுவார்.

வடக்குக் கடைசியில் கிடக்கிற மேஜையில்தான் சங்கரன் பிள்ளை உட்கார்ந்து சீட்டு ஆடுவார். அந்த மேஜைதான் அவருக்கு ராசியான மேஜை. ஆனால் அந்த மேஜையில் முனிசிபல் சேர்மன் கூத்தனும் பேட்டை சினாதானாவும், நாகர்கோவில் பார்ட்டி இரண்டுபேர்களோடு ஆடிக்கொண்டிருந்தார்கள். சரி வேற இடம் பார்க்க வேண்டியதுதான் போல என்று அவர் திரும்பிப் பார்த்துக் கொண்டிருந்தபோது நாடார் உள்ளேயிருந்து வந்துவிட்டார்.

'ஆரு? சங்கரம் பிள்ளை அண்ணாச்சியா? அதான பாத்தேன். மேகம் மூட்டமா கெடக்கேன்னு ... அன்னைக்கி ரொம்ப எக்கச்சக்கமா ஆயிப் போச்சாமில்ல?... நீங்க எவ்வளவு பெரிய

ஆளு ... நீங்க அந்தச் சல்லிப் பயலுக கூடப் போயிச் சேர்ந்து உட்கார்ந்து சீட்டுப் போடலாமா அண்ணாச்சி? ... சேரி, இத்தன நாள் கழிச்சாவது இந்தப் பக்கம் வந்து எட்டிப் பாக்கணும்னு தோணிச்சே... சும்மா சின்ன நோட்டுகளப் போட்டு உக்காராதீய? ... இன்னைக்கி அம்புட்டும் பெருங்கொண்ட கை உக்காந்து ஆடுதுங்க பாத்தீயளா?

நம்ம சேர்மன் இருக்காரு பாத்தீயள்ளா ... நம்மகிட்ட வேற ஒரு புதுக்கை வந்திருக்குது. அதுகிட்ட உட்காருதீயளா, அதிர்ஷ்டம் இருந்தா உலுப்பிப் பாருங்களேன்.'

'ஆரு? ...'

'அந்தா மேல் பக்கத்துல ரெண்டாவது டேபுளு. தூத்துக்குடி மீன்யாவாரி. ஏழெட்டுப் படகு வச்சிருக்காரு. கையில் மோதிரம் போடதுக்கு, கூட ரெண்டு வெரலு இல்லியேன்னு கவலப்படுதாரு ... செயிச்சிட்டீகன்னாலும் பத்துப் பதினைஞ்சுன்னுதான் செயிப்பீய, சும்மா சில்லறையா இருக்காது. என்ன சொல்லுதீயோ?'

அவர் சம்மதித்ததும் அவரே அவரிடம் போய் குனிந்து கேட்டுவிட்டு வந்தார். அந்தக் கை அங்கிருந்தபடியே இவரைப் பார்த்துவிட்டு நாடாரிடம் ஏதோ சொன்னார். நாடார் திரும்பி வந்து, 'ஒங்களுக்கு யோகந்தான். சரின்னுட்டாரு. ஆனா பாதி ஆட்டத்துல எந்திரிச்சிரக் கூடாதுன்னாரு... இதுதான் கண்டிசன்.'

அன்று எவ்வளவு நேரம் வேண்டுமானாலும் ஆடலாம்தான். முக்கியமான புள்ளிகள் எல்லாம் ஆடிக்கொண்டிருப்பதால் தீக்குச்சிக்காரர்கள் தலைகாட்டமாட்டார்கள் என்று நம்பினார்.

முதலில் ஏழெட்டு ஆட்டம் ஜெயிப்பும் தோற்பும் மாறி மாறி வந்தது மாதிரித்தான் இருந்தது. இன்னும் கொஞ்சம் ஜாக்கிரதையாக விளையாடினால் ஒரு சுத்து சுத்திவிடலாம் போலிருந்தது. தூத்துக்குடிக்காரர் கொஞ்சம் அசமந்தம் பிடித்தவர்போல. சீட்டை எடுத்துப் போடுகிற விதத்திலேயே இதைக் கவனித்துக்கொண்டார். இத்தனை நேரமும் அவரோடு ஆடிக் கொண்டிருந்தவர்கள் ஒத்தை ஆட்டத்துக்காக இவருக்கு விட்டுக் கொடுத்துவிட்டுக் கொஞ்ச நேரம் உட்கார்ந்து பார்த்துக்கொண்டிருந்தவர்கள் வேறே தனி மேஜை போட்டு, ரம்மிச் சீட்டு போட்டார்கள்.

19

கண்ணன் செத்துப்போன பிறகு ஆற்றுக்குப் போகவே பிடிக்கவில்லை பாப்பையாவுக்கு. ஆனாலும் என்ன செய்ய முடியும்? கோடைக்காலம் இன்னும் இருந்துகொண்டுதான் இருந்தது. முன்பு கொக்கிரகுளம் ஆற்றில் குளித்துக்கொண்டிருந்தவன் இப்போது வண்ணார்ப்பேட்டை பேராச்சியம்மன் படித்துறைக்கு மாற்றிக்கொண்டான். கண்ணனுக்கு ஏற்பட்ட கதி அவனை ரொம்பவும் பாதித்து விட்டது. கண்ணன் இறந்துபோனபிறகு இரண்டு வாரம் வரை ஆற்றுக்கே போகாமல்தான் இருந்தான். ஒரு வாரம்வரை மரகதம் ஒன்றும் சொல்ல வில்லை. பிறகு அவள் தண்ணீர் கஷ்டத்தைப் பற்றி அவனிடம் தொணதொணக்க ஆரம்பித்து விட்டாள். அதையும் தாக்குப் பிடித்துக்கொண்டு இருந்துதான் பார்த்தான். சிவகாமியே சொன்ன பிறகு கேட்காம லிருக்க முடியவில்லை; நடந்தே போய்வர ஆரம்பித்தான்.

அன்று ஆற்றில் குளித்துக்கொண்டிருக்கும்போது, அவனோடு படித்த கணபதியைப் பார்த்தான். இரண்டுபேரும் ரொம்ப நேரம்வரை குளிப்பதற்குமுன் கரையில் உட்கார்ந்து பேசிக்கொண்டிருந்தார்கள். அவன் பகடைக் குடிப் பையன். அவனுக்கு எப்போதும் கால்களில் கணுக்கால் பக்கம் படை சிரங்கு உண்டு. இன்னும் அது இருந்தது. வெள்ளிக்கிழமை எல்.டி.எஸ். பீரியட்களில் அவன் சினிமா பாட்டுக்களை அப்படியே பாடிக் காண்பிப்பான். உடன் படித்தவர்கள் அவனை மறந்திருந்தாலும், அவன் பாடி உற்சாகப்படுத்திய வெள்ளிக்கிழமை எல்.டி.எஸ். பீரியட்களை யாரும் மறந்திருக்க முடியாது. அவன் குரல் அவ்வளவு ஒன்றும் இனிமையானதுமில்லை. ஆனால் அவன் ரொம்பவும் உண்மையோடு, இத்தனைபேரையும் சிறகடித்துப் பறக்கச் செய்ய வேண்டிய வேலை

கம்பா நதி ஐ 109 ஐ

தனக்குத் தரப்பட்டிருக்கிறது என்பதுபோல் அவ்வளவு உணர்ச்சி ததும்பப் பாடுவான். அவன் பெரும்பாலும், சினிமாப் பாட்டுகளில்கூட துயரமான சம்பவங்களை, விஷயங்களைக் குறித்துப் பாடப்பட்ட பாடல்களைத்தான் பாடுகிறதுக்காகத் தேர்ந்தெடுத்துக்கொண்டான். அவன் பாடிய 'கல்யாண ஊர்வலம் வரும்' பாட்டை அவனோடு படித்தவர்கள் யாரும், எத்தனை வயதானாலும் மறக்க முடியாது. எப்போது நினைத்தாலும் அந்தப் பாடலும் அவனுடைய குரலும் ஞாபகத்துக்கு வரும். இத்தனைக்கும் அந்தப் பாடலை சினிமாவில் பாடியவள் ஒரு பெண். ஒவ்வொரு எல்.டி.எஸ். பீரியடிலும் அந்தப் பாடலைப் பாடச் சொல்லிக் கேட்பார்கள். மற்ற வகுப்புகளில்கூட அவனை அழைத்து இந்தப் பாட்டைப் பாடச் சொல்லிக் கேட்கிறார்கள். அவன் அந்தப் பாட்டைப் பாடுகிறபோது எல்லோர் மனத்திலும் இருக்கிறதை அவன் பாட்டாகப் பாடுவது போலிருக்கும்.

கணபதி வீட்டுக்கு பாப்பையா நாலைந்து தடவை போயிருக்கிறான். வண்ணார்ப்பேட்டையில் செங்கல் சூளைகள் போடுகிற பனங்காட்டுக்குள் அவனுக்கு வீடு இருந்தது. அன்று பேசிக்கொண்டிருக்கும்போது, மறுநாள் காலை சர்க்யூட் ஹவுஸில் பட்டாளத்துக்கு ஆள் எடுக்கிறார்கள் என்று கணபதி சொன்னான்.

வீட்டுக்கு வந்ததும் இதைப் பற்றி மரகதத்திடம் சொன்னபோது, மரகதம் ஒன்றும் சொல்லவில்லை. ஆனால் பாப்பையாவுக்கு மத்தியானம் சாப்பாடு போடும்போது, 'ஒன்னயெல்லாம் எடுத்துக்கிடுவாங்களா?' என்று மட்டும் கேட்டாள்.

'தெரியல, போய்ப் பார்க்கணும்' என்றான்.

சிவகாமியும், 'போய்ப் பாரேன்' என்றுதான் சொன்னாள். தினமலரில் விளம்பரம் வந்திருக்கிறது என்று கணபதி சொல்லியிருந்தான். அந்த விளம்பரத்தைத் தேடிப் பார்த்தான். காலை ஏழுமணிக்கு ஆள் எடுக்கிறதாகப் போட்டிருந்தது. காலையில் சீக்கிரமே எழுந்து குளித்துவிட்டுப் புறப்பட்டான். புறப்படும்போது அம்மாவின் கால்களிலும், அக்காவின் கால்களிலும் விழுந்து ஆசீர்வாதம் வாங்கிக்கொண்டான். சிவகாமிக்கு ரொம்பவும் ஆச்சரியமாக இருந்தது. அவன் அந்த மாதிரி ஒரு தடவைகூடச் செய்தது கிடையாது. மரகதம், 'பிள்ளைக்கு நல்ல புத்தி வந்திருக்கு போல' என்று நினைத்துக்கொண்டாள்.

சர்க்யூட் ஹவுஸைச் சுற்றி ஒரே மாந்தோப்பு. கொக்கிர குளம் பஸ் ஸ்டாப்பில் இறங்கிப் பலாப்பழ ஓடைக்குள் இறங்கிக் குறுக்கு

வழியாக சர்க்யூட் ஹவுஸுக்குப் போனான். ஒரு ஐயாயிரம் பேராவது இருப்பார்கள். சுலோசன முதலியார் பாலத்தில் எல்லாம் திருவிழாக் கூட்டம் மாதிரிக் கையில் சர்ட்டிபிகேட் புஸ்தகங்களுடன் இவன் வயதையொத்த இளைஞர்கள் கூட்டம் கூட்டமாக வந்துகொண்டிருந்தார்கள். மாந்தோப்பு பூராவும் ஒரே கூட்டம். வெளியூர்களிலிருந்து வந்திருந்தவர்களுடன், அவர்கள் குடும்பத்திலுள்ள மூத்தவர்களும் வந்திருந்தார்கள்.

பாப்பையா இவ்வளவு கூட்டம் இருக்குமென்று எதிர்பார்க்கவில்லை. மதுரையிலிருந்தெல்லாம்கூட பையன்கள் வந்திருந்தார்கள் என்று அங்கே போன பிறகு தெரிந்துகொண்டான். ஆறேழு கியூக்கள் நின்றுகொண்டிருந்தன. எல்லாரும் எந்தக் கியூவில் கூட்டமில்லை என்று பார்த்து நிற்கிறவர்களைப் போலத் தோன்றினாலும், எல்லா கியூவிலும் கூட்டம் ஒரே மாதிரியாகத்தான் இருந்தது. கியூவில் போய் நின்ற பிறகு ஒவ்வொரு கியூவிலும் பத்தாயிரம் பேர்கள் இருப்பார்கள் போலத் தோன்றியது.

அவன் கியூவில் நின்றதுமே கியூவில் நின்றவர்கள் அவனைச் சட்டையைக் கழற்றிவிடச் சொன்னார்கள். அவனுக்கு ரொம்பக் கூச்சமாக இருந்தது. எல்லோரும் வெறும் ஜட்டி, அண்டர்வேருடன் நின்றுகொண்டிருந்தார்கள். பேண்ட், சட்டை, வேஷ்டியையெல்லாம் கழற்றிக் கக்கத்தில் சர்ட்டிபிகேட் புஸ்தகத்தோடு சுருட்டிவைத்துக்கொண்டிருந்தார்கள். இதனால் கியூவிற்கு வெளியே நடந்து அவர்களைக் கடந்துபோகும்போது ஒவ்வொரு உடம்பிலிருந்தும் ஒவ்வொரு விதமான வாடையடித்தது. பெரும்பாலான பையன்களின் உடம்பில் கற்றாழை வாடை வீசியது. ஒருவேளை அவர்கள் கிராமங்களிலிருந்து வந்தவர்களாக இருக்கலாம்.

பாப்பையாவுக்கு இவ்வளவு பேரும் எப்படி வெட்கமில்லாமல் இருக்கிறார்கள் என்று தெரியவில்லை. பாப்பையாவும் தன் உடைகளைக் கழற்றிவிட்டு நின்றான். இதில் செலக்ஷன் ஆனால், அடுத்த வருஷமேகூட கோமதியைக் கல்யாணம் செய்து கொண்டுவிடலாம் என்பதை அவனால் நினைக்காமல் இருக்க முடியவில்லை.

அவனே நம்ப முடியாதபடி, அவனைத் தேர்ந்தெடுத்து விட்டார்கள். அவன் முறை வரும்போது மத்தியானம் இரண்டு மணி இருக்கும். உடனே வீட்டுக்குப் போய்ப் பெட்டியை எடுத்துக் கொண்டு சாயந்தரமே அந்த இடத்துக்கு வந்து சேரும்படிச் சொல்லியனுப்பினார்கள். வெளியூர்க்காரர்கள் ரொம்பப் பேர்கள் கையோடு துணிமணிகளையும் எடுத்தே வந்திருந்தார்கள். எதுவும்

எடுத்து வராதவர்கள்கூட அப்படியே உடுத்திய துணிமணியோடு புறப்படத் தயாராக இருந்தார்கள்.

வேகமாக கொக்கிரகுளம் ரோட்டைக் கடந்து, கலெக்டர் ஆபீஸில் போய் அக்காவைப் பார்த்துச் சொல்லிவிட்டு ஓட்டமும் நடையுமாக வந்து பஸ் ஏறி வீட்டுக்குப் போனான். அரை நாளில் உலகமே மாறிவிட்டது போலிருந்தது. அவன் மனத்தில் சிவகாமியும் அம்மாவும் அவனைவிட்டு ரொம்ப தூரத்துக்குப் போய்விட்ட மாதிரி இருந்தது. உடம்பளவில் இன்னும் அவன் பாளையங்கோட்டையில்தான் இருந்தான். என்றாலும் இப்படித்தான் நினைத்துப் பார்க்க முடிந்தது. அவனுடைய அனுமதியில்லாமலேயே அவனுக்கு இந்த உணர்வு மனத்தில் தோன்றியது. தனக்கு வேறு ஏதோ ஊர் போலவும், கொஞ்ச காலம் சிவகாமியோடும் மரகதத்தோடும் இருந்துவிட்டுப் போகிற மாதிரியும் பட்டது. அதற்கும் மேல் அவர்களைப் பற்றி நினைக்க ஒன்றுமில்லாதது மாதிரி இருந்தது.

மரகதத்திடம் கையில் இரண்டு ரூபாய்தான் இருந்தது. நல்ல வேளையாக எதிர்த்த வீட்டு வஸந்தா அத்தையிடம் கையில் கொஞ்சம் பணம் இருந்தது. ஐம்பது ரூபாய் போல வாங்கிக் கொடுத்தாள் மரகதம். பேருக்கு மூன்றே மூன்று உடைகளை மட்டும் எடுத்துக்கொண்டான். பொருட்காட்சியில் வாங்கியிருந்த சூட்கேஸில் அதைத் திணித்து எடுத்துக் கொண்டு புறப்பட்டான். புறப்படும்போது, மரகதம் அழுதுவிட்டாள். என்ன இருந்தாலும் அவள் பெண்தானே? மச்சு வீட்டு அம்மாளும் வஸந்தா அத்தையும் அவன் புறப்படுகிறவரை அவன் கூடவே இருந்தார்கள். மச்சு வீட்டு அம்மாளுக்குக் கூட மனசுக்குக் கஷ்டமாகத்தான் இருந்தது. ஆனால் வஸந்தா அத்தைதான் உறுதியாக, திடமனத்தோடு நின்று அவனுக்குக் கூடமாட ஒத்தாசை செய்தாள். ‘என்னமோய்யா இந்த மட்டோடயாவது ஒனக்கு வேல கெடச்சுதே... நீ பெரிய ஆளா வந்துதான் இந்தக் குடும்பத்தோட கஷ்டத்தத் தீர்க்கணும்...’ என்றாள் வஸந்தா அத்தை. ‘வேலை முடிந்து சிவகாமி வருகிற வரை இருந்து சொல்லிவிட்டுப் போ’ என்று மரகதமும் மச்சுவீட்டு அம்மாளும் சொன்னார்கள். வஸந்தா அத்தைதான் சமயத்தில் குறுக்கிட்டுப் பேசி, அவன் விருப்பப்படியே உடனே அவன் அங்கிருந்து கிளம்பிப் போக உதவினாள். மேலும் அவள் இது போலப் பட்டாளத்துக்கு ஆள் எடுத்துப் போகிறவர்களைப் பார்த்திருக்கிறாள். அவளுடைய ஊரில், எத்தனையோ பையன்கள் காலையில் நாகர்கோவிலில் பட்டாளத்துக்கு ஆள் எடுக்கிறார்கள் என்று போவார்கள். சாயந்திரமே பெட்டிகளைத் தூக்கிக்கொண்டு அவசரம் அவசரமாக பஸ்ஸுக்கு ஓடுவார்கள். ‘என்ன நீங்க சொல்லுதியோம்மா?... மிலிட்டரிக்குன்னா நம்ம

இஷ்டப்படி அங்க கூட்டிக்கிட்டுப் போவாகளா?... நாலு மணியின்னா நாலு மணிக்கி அங்கன இருந்தாகணும் தெரியுமா?' என்று வஸந்தா அத்தை சொல்லிவிட்டாள். இது மாதிரியான நேரங்களில் வஸந்தா அத்தையைப் போன்ற ஆட்கள் இல்லாமல் போனால் காரியமே கெட்டுப் போய்விடும்.

அவன் ஏறிப் போன பச்சை வர்ண மிலிட்டரி லாரி சுலோசன முதலியார் பாலத்தைத் தாண்டும்போது, பாலத்தில் விளக்குப் போட்டுவிட்டார்கள். லாரியில் உட்கார இடமில்லை; நிற்கத்தான் இடமிருந்தது. அதுவரை லாரியில் மத்தியில் நின்று கொண்டிருந்தவன் பாலத்தின்மீது லாரி போக ஆரம்பித்ததும் ஓரத்துக்கு வந்து நின்றுகொண்டு ஆற்றைப் பார்த்தான். தைப்பூச மண்டபத்துப் படித்துறைப் பக்கமும், பிள்ளையார் கோவில் படித்துறைப் பக்கமும் முனிஸிபல் விளக்கு எரிந்துகொண் டிருந்தது. தூரத்தில் ரயில்வே பாலத்தைத் தாண்டி, குறுக்குத்துறை கோவில் கோபுரத்தின் மெர்க்குரி விளக்கும் லேசாகத் தெரிந்தது.

20

பாப்பையா மிலிட்டரிக்குப் போய் ஏழெட்டு மாதமாகிவிட்டது. கடிதங்கள் போடுகிறான். சங்கரன் பிள்ளையும் அவனுக்கு லெட்டர் எழுதுகிறார். அவன் பட்டாளத்தில் சேர்ந்தது பற்றி அவருக்கு ரொம்ப சந்தோஷம்.

ஐப்பசி மாதம் ஒருநாள்...

சரவண பிள்ளை, கோமதியின் கல்யாணப் பத்திரிகையை வாகையடி முக்கு செய்பது ஸ்டோர்ஸ் பக்கம் வைத்து சங்கரன் பிள்ளையிடம் கொடுத்தார். சங்கரன் பிள்ளைக்கு சரவண பிள்ளை தன் மகளுக்குக் கல்யாணம் செய்வது பெருத்த ஆச்சரியமாக இருந்தது.

'குறுக்குத்துறையில் ஈசான மடத்துல வெச்சுக் கல்யாணம்... நீங்க எல்லாரும் வீட்டோட வரணும். வீட்டுக்கு வந்து குடுக்கலைன்னு நெனச்சுக்கிட்டு கல்யாணத்துக்கு வராம இருந்திராதீக...'

'பையன் யாரு?'

'நம்ம பையன்தான். கடையில வேல பார்க்கான். தாய், தகப்பன் இல்லாத பையன். மனசுக்குப் புடிச்சிருந்திச்சு... டயத்தக் கடத்தக் கூடாதுன்னு சட்டுபுட்டுனு ஏற்பாடு பண்ணிட்டேன்.'

'கோமதி படிச்சிருக்காள்லா?'

'ஆமா... சவம். படிச்சவன் பாட்டைக் கெடுத்தான், எளுதுனவன் ஏட்டைக் கெடுத்தான்ன கதைதான் எல்லாம்... என்ன படிச்சு என்ன செய்ய? கெவருமெண்டுல உத்தியோகத்தத் தூக்கியா குடுத்திருதான். இந்தக் கெவர்மெண்டு வேலய நம்பி அவளுக்குக் கல்யாணத்தப் பண்ணனும்னா, அவ தலையில முடி பூரா உதுந்தப்புறந்தான் பண்ண முடியும். மொதலாளிகிட்டே கடன் கேட்டுப்

பார்த்தேன். ஒரு ஆயிரம் ரூவா போல அவர்கிட்டப் பொறண்டுது. மேக்கொண்டு அங்கன இங்கன பொறண்டு எந்திரிச்சி ஒரு ஆயிரத்தப் பொரட்டிட்டேன்...' என்று சொல்லிக்கொண்டே போனார்.

கதிரேசனை கோமதி எப்போதோ சில சமயங்களில் தெருவில் வைத்துப் பார்த்ததுதான். மணமேடையில் உட்காரும்போது அவன் கட்டியிருந்த பட்டு வேட்டியின் வழியே அவனுடைய இடது கால் பாதம் தெரிந்தது. இடது பெருவிரல் நகம் கரடு முரடாகச் சுருண்டிருந்ததைப் பார்த்தாள். அந்தச் சுருட்டையின் உள்ளே மண் ஏறிச் செம்மிப் போயிருக்கும்போல.

சங்கரன் பிள்ளையும் சௌந்திரமும் காலையிலேயே டவுனிலிருந்து கல்யாணத்துக்கு வந்துவிட்டார்கள். ஒன்பது மணிக்கு மேல், முகூர்த்தம் முடியப் போகிற நேரத்துக்கு மரகதமும் சிவகாமியும் வந்து சேர்ந்தார்கள். சௌந்திரம் மரகதத்தைப் பார்த்ததும் 'அக்கா...' என்று கட்டிப்பிடித்துக் கொண்டாள். மரகத்துக்கு என்னவோ போலிருந்தது. சௌந்திரம் போட்டிருந்த பவுடர் அவளுக்குக் குமட்டிக் கொண்டு வந்தது. 'இவள்ளாம் ஒரு பொம்பளையா?' என்று நினைத்துக்கொண்டாள். ஆனால் சிவகாமி சௌந்திரத்தோடு ரொம்பப் பிரியமாகப் பேசினாள். சாப்பிடும்போதுகூட அம்மாவை விட்டு சௌந்திரத்துக்குப் பக்கத்தில் உட்கார்ந்து கொண்டுதான் சாப்பிட்டாள். புறப்படுகிறவரை சிவகாமி சௌந்திரத்தை விடவில்லை. 'சித்தி...சித்தி...' என்று இழைந்தாள்.

ராத்திரி பொண்ணும் மாப்பிள்ளையும் குறுக்குத்துறை கோவிலுக்குப் போய்விட்டு வந்த பிறகு மரகதமும் சிவகாமியும் பாளையங்கோட்டைக்குப் புறப்பட்டுவிட்டார்கள். அவர்களோடு சௌந்திரமும் டவுனுக்குப் புறப்பட்டுவிட்டாள். சங்கரன் பிள்ளையைத் தேடினார்கள். மத்தியானம் பந்தி முடிந்ததும் போன ஆளைக் காணவே இல்லை. கல்யாணியா பிள்ளையைப் பார்க்கத்தான் போயிருப்பார், ராத்திரி வீட்டுக்கு வந்து விடுவார் என்று நினைத்துக்கொண்டு சௌந்திரம் வீட்டுக்குப் புறப்பட்டுவிட்டாள்.

சங்கரன் பிள்ளை ராத்திரிவரை அங்கேயே சுற்றிக்கொண் டிருந்தார். காலையிலேயே கருப்பந்துறையிலிருந்து வந்த ஒரு ஆள் நல்ல சாராயம் கிடைக்கிறதென்று சொல்லியிருந்தான். அவன் டவுனுக்குப் போய்விட்டு வந்து கூட்டிக்கொண்டு போவ தாகச் சொல்லியிருந்தான். அவனுக்காக மத்தியானம்வரை காத்திருந்து பார்த்துவிட்டு, கருப்பந்துறைக்கு அந்த இடத்தைத் தேடி விசாரித்துக்கொண்டு புறப்பட்டார்.

அநேகமாகக் கல்யாணத்துக்கு வந்த கூட்டம் பூராவும் போய்விட்டது. வெள்ளமடத்தாச்சியைப் போன்ற சில நெருங்கிய மனிதர்களையும், சரவண பிள்ளையின் தங்கை சண்முகத்தின் குடும்பத்து நபர்களையும் தவிர வேறு யாரும் மடத்தில் இல்லை. இரவு வெகுநேரம்வரை சரவண பிள்ளை, சம்பந்தம் எல்லோரும் தெருப்பக்கமாக இருந்த பெரிய கல் திண்ணைகளில் உட்கார்ந்து பேசிக்கொண்டிருந்தார்கள்.

எட்டு, எட்டரை மணிக்கெல்லாம் கரண்ட் போய்விட்டது. இதனால் மடத்திற்குள் ஒரு பெட்ரோமாக்ஸ் லைட்டைப் பொருத்தி வைத்திருந்தது. குழந்தைகள் அந்த வெளிச்சத்தையும் பொருட்படுத்தாமல் சிதறி ஆளுக்கொரு பக்கமாய்ப் படுத்துக் கிடந்தனர். மாப்பிள்ளை பெண்ணுக்கு ஏற்பாடு செய்திருந்த அறையில் ஒரு அரிக்கேன் மட்டும் எரிந்துகொண்டிருந்தது. திண்ணையில் பேசிக்கொண்டிருந்தவர்கள் ஒவ்வொருத்தராக அசதியில் தூங்க ஆரம்பித்தார்கள். சரவண பிள்ளையோடு கடைசிவரை பேசிக்கொண்டிருந்த சம்பந்தம்கூடப் படுத்து விட்டான். சரவண பிள்ளை பலதையும் யோசித்துக்கொண்டு தன்னந்தனியாக உட்கார்ந்திருந்தவர், வெறும் கல்தரையில் துண்டை விரித்துப் படுத்தபடியே அந்த யோசனையைத் தொடர்ந்துகொண்டிருந்தார்.

கோமதி சுவரோடு சுவராய்க் குத்துக்காலிட்டுச் சாய்ந்து உட்கார்ந்திருந்தாள். அவளருகே கதிரேசன் புது பவானி ஜமுக்காளத்தில் படுத்திருந்தான்.

'கோமதி, ஒனக்கு என்னயப் பிடிச்சிருக்கா?' என்று அவளைப் பார்க்கத் திரும்பி மெதுவாகக் கேட்டான். கோமதிக்கு அதற்கு என்ன பதில் சொல்ல வேண்டுமென்று தெரியவில்லை. ஏதோ பதில் இருந்தது போலவுமிருந்தது; பதில் இல்லாத மாதிரியும் பட்டது.

'உம்...' என்று அவன் சொன்னதை யோசிக்கிறவளைப் போல் இருந்தாள். அதற்குள் வெளியே, திடீரென்று அப்பாவும் வேறு யாரோ சிலரும் சத்தம் போட்டுப் பேசுகிற சத்தம் கேட்டது. எழுந்து கதவைத் திறந்து வாசல் பக்கம் எட்டிப் பார்த்தாள். வாசலில் நிலா வெளிச்சத்தில் சங்கரன் பிள்ளை விழுந்துகிடந்ததும், அவரைச் சுற்றிச் சம்பந்தமும் சரவண பிள்ளையும் நின்று பேசிக்கொண்டிருப்பதும் தெரிந்தது.

'நீங்க இருந்த இருப்பக் கெடுத்ததே இந்தத் தண்ணிதான அண்ணாச்சி... இப்பிடி எவனோ பிச்சக்காரப் பய மாதிரி ரோட்டுல விழுந்து கெடக்கணும்னு ஒங்களுக்கு என்ன தலையெழுத்தா?... 'ஏ'ன்னு கூப்பிட்டா எட்டுப் பேரு ஓடிவந்து

நிப்பானே… எந்திரிங்க… ஏய் சம்பந்தம் மெள்ளத் தூக்குடா… உள்ள கொண்டுபோய்ப் படுக்க வைப்பம்… இங்க ஏதுப்பா தண்ணி?' என்று அவர் தலையைத் தூக்கிக்கொண்டே கேட்டார் சரவண பிள்ளை. சம்பந்தம் அவரைத் தொடைகளோடு ஆவி சேர்த்துக் கட்டித் தூக்கினான்.

'பக்கத்துல கருப்பந்தொறையிலதான் விக்கானுக… இந்த அர்த்த சாமத்துல துணிஞ்சு போயிக் குடிச்சுட்டுத் தைரியமா வந்திருக்காரு பாருங்களேன் மாமா…'

'புத்தி அவிஞ்சுபோனம்பொறகு அர்த்த சாம மாவது ஒண்ணாவது… கண்றாவி! நாய் பேயெல்லாம் ஊர்ல என்னமா செப்பெடுத்துக்கிட்டுத் திரியுது… மவனுக்குப் படிப்புல கொறச்சலா, ஆள் பழக்கத்துல கொறச்சலா, மதிப்புல கொறச்சலா? எதுல கொறச்சல் சொல்லு பாப்பம்? ஜெமீன்தாரு மாதிரி இருக்க வேண்டிய மனுஷன்லாடா இவரு…'

கோமதி கதவைத் திறந்துகொண்டு நின்றதை அவர்கள் கவனிக்காமலேயே அவரைப் படுக்கப் போடப் போய்விட்டார்கள். கோமதி கொஞ்சநேரம் அவரையே பார்த்துக்கொண்டிருந்தாள். பாப்பையாவின் ஞாபகம் வந்தது.

'என்னது கோமதி?…' என்று உள்ளே இருந்து கதிரேசன் கேட்டான்.

'ஒண்ணுமில்ல… இந்த சங்கரம் பிள்ளை சித்தப்பாதான்…' என்று சொல்லிவிட்டுக் கதவைச் சாத்திக்கொண்டாள்.

○○○

வண்ணநிலவனின் பிற நாவல்கள்
[காலச்சுவடு வெளியீடுகள்]

கடல்புரத்தில்
(தமிழ் கிளாசிக் நாவல்)
ரூ. 160

துளியை நுணுக்கமாகச் சித்திரிப்பதன் வழியாக, வெளியை அதன் விரிவோடு எழுப்பிக்காட்ட முயல்வது எழுத்தின் ஆதாரமான நோக்கங்களில் ஒன்று. இச்சிறு நாவலில் அந்த ரசவாதம் குறைந்த பக்கங்களுக்குள்ளாகவே நிகழ்ந்தேறியிருப்பதைக் காணலாம். ஒரு எளிய மீனவக் குடும்பத்தைப் பற்றியதாகத் தொடங்கும் கதையானது, முடியும் தறுவாயில் அக்குடும்பம் வசிக்கும் கிராமத்தை, அது அமைந்திருக்கும் அகண்ட கரையை, அதற்கப்பால் விழிக்கெட்டாத தூரத்திற்கு விரிந்து கிடக்கும் கடலைப் பற்றின கதையாகவும் பெருகிவிடுகிற மாயம் எவ்விதப் பிரயாசையுமின்றி இயல்பாகவே நிகழ்கிறது. இது கடல்புரத்தைக் குறித்த கதை மாத்திரமல்ல; கடலைப் பின்புலமாகக் கொண்டு இயற்கைக்கும் மனிதனுக்கும், பழமைக்கும் புதுமைக்கும், தந்தைக்கும் மகனுக்கும், ஆணுக்கும் பெண்ணுக்கும், அன்பிற்கும் பகைக்கும், உடலுக்கும் உள்ளத்திற்கும் இடையிலான சிக்கலான பிணைப்புகளை, அவற்றில் விழுந்துவிடுகிற முடிச்சுக்களை, அவற்றை அவிழ்க்க முயன்று தோற்ற அலைக்கழிகிற மனத்தின் பாடுகளை எனப் பலதையும் குறித்து ஆதூரத்துடன் பேசுகிறது. முதல் பதிப்பு வெளியாகி முப்பதுக்கும் அதிகமான வருடங்கள் கடந்துவிட்டபோதிலும், இன்றும் வாசகர் கவனத்தைத் தக்கவைத்துக் கொண்டிருப்பது இந்நாவலின் முக்கியத்துவத்தை உணர்த்துகிறது.

க. மோகனரங்கன்

ரெயினீஸ் ஐயர் தெரு
(தமிழ் கிளாசிக் நாவல்)
ரூ. 140

தெரு வெறும் சடமாய் நீண்டு கிடந்தாலும், அது மானுட இருப்பால் மகத்துவம் பெறுவதாக இருக்கிறது. தெருவும் தெருவாசிகளும் வேறுவேறாய் இயங்க முடிவதில்லை. ஒவ்வொருவரின் இரத்த நாளங்களிலும் தெருவின் பெயரும் கலந்தே ஓடுகிறது. அதற்கெனத் தனி ஒளியும் வரலாறும் உருவாகிறது.

ஒரு தெரு எப்போது உயர்நிலை பெறுகிறது, அது ஏன் இலக்கியமாகிறது என்றால் இந்நாவலில் நடமாடும் ஒவ்வொரு கதாபாத்திரத்தாலும்தான் என்று உணர்ந்துகொள்ளலாம். இறகுகளால் வருவது போன்ற எழுத்து நடையால் ரெயினீஸ் ஐயர் தெரு நம் உள்ளங்களில் நிறைகிறது.

களந்தை பீர்முகம்மது

காலச்சுவடு பப்ளிகேஷன்ஸ் (பி) லிட்.
Published by Kalachuvadu Publications Pvt. Ltd.,
669, K.P. Road, Nagercoil 629001, India
Phone: 91-4652-278525
e-mail: publications@kalachuvadu.com

07/2023/S.No. 1081, kcp 4482, 18.6 (2) 9ss